TRÊN ĐỒI HOA TRỔ BÔNG

Tập thơ

ĐẶNG PHÚ PHONG

TRÊN ĐỒI
HOA
TRỔ BÔNG

Thơ

EDITION 2025

TRÊN ĐỒI HOA TRỔ BÔNG
Thơ
Tranh bìa: Họa sĩ Đào Hải Triều
Trình bày: Thắng Đỗ
Lay out: Đào Hiếu
NHÀ XUẤT BẢN: CHƯƠNG VĂN, USA. 2025

TRÊN ĐỒI HOA TRỔ BÔNG

Tác giả::Đặng Phú Phong
Giới thiệu:: GS.TRẦN HUY BÍCH

Từ rất xa xưa, nhân loại đã ý thức được sự vô cùng nhỏ bé của con người trước không gian bao la, cùng sự ngắn ngủi của kiếp người so với dòng thời gian vô tận. Khi lên chiếc đài cao ở U Châu, nhà thơ Trần Tử Ngang đời Đường đã cảm khái viết:

前不見古人
後不見來者
念天地之悠悠
獨愴然而涕下

Tiền bất kiến cổ nhân
Hậu bất kiến lai giả
Niệm thiên địa chi du du
Độc sảng nhiên nhi thế há.

Người trước đã khuất xa
Người sau đâu chửa thấy
Ngẫm trời đất vô cùng
Riêng ngùi thương, lệ chảy.

Người xưa đã tuyệt mùng không vết
Lớp sau còn mờ mịt, thấy đâu
Mang mang đất rộng, trời sâu
Một mình kinh rợn, mắt sầu lệ rơi.

Nhưng vì có ý thức, con người cũng nhận ra rằng mình vẫn có vị trí trong không gian và bên dòng thời gian. Thế kỷ 17, khoa học gia kiêm triết gia người Pháp René Descartes tuyên bố, "Je pense, donc je suis" (Tôi suy tư, tức là tôi hiện hữu / I think, therefore I am). Vì thế, nếu để lại lời nói, tư tưởng, tác phẩm văn chương nghệ thuật, sự hiện diện của con người vẫn được ghi dấu trong xã hội và vượt qua thời gian. Khi nhà thơ Vũ Hoàng Chương viết ở Sàigòn trong thập niên 1950, *"Nhất chương hào hứng ngạo thiên thu,"* ông đã nhắc lại ý tưởng của Lý Bạch từ trên 1200 năm trước:

Khuất Bình từ phú huyền nhật nguyệt
Sở Vương đài tạ không sơn khâu

(Từ phú của Khuất Nguyên treo với mặt trời, mặt trăng
Đài tạ của vua nước Sở không còn gì giữa đám núi gò).

Khuất Nguyên trang gấm truyền lâu
Điện đài vua Sở chìm sâu lớp gò.

Nhà thơ Đặng Phú Phong đã sáng tác rất nhiều. Bên cạnh một tập phỏng vấn, nhận định về văn học và nghệ thuật, Bên Kia Con Chữ & Nghệ Thuật (2016), ông đã có hai tập truyện ngắn: Những Đóa Mẫu Đơn (2004, tái bản 2015), Con Suối Không Lìa (2018). Riêng về thơ, ông đã có 6 thi tập được xuất bản, theo thứ tự thời gian là:

--Nghiêng Cây Bóng Xế (1970)
--Nỗi Buồn Tháng Bảy (2014)
--Mai Tôi Về Ở Mãi Với Hoang Sơ (2017)
--Và Nhớ Em Về, Cả Lúc Quên (2018)
--Tĩnh Vật Tôi, Chờ Một Bàn Tay (2019)
--Chạm Ngõ Vô Thường (2021)

Trên Đồi Hoa Trổ Bông là tập thơ thứ bảy của ông. Xuất bản thơ từ trên nửa thế kỷ trước (1970 – 2024), và sáng tác rất mạnh trong mấy năm gần đây, ông hẳn có nhiều điều muốn nói với chúng ta, với cuộc đời.

Ngay trong bài mở đầu tập thơ, Đặng Phú Phong đã cho ta thấy ông nhận thức rất rõ về tính cách vô thường của sự vật:

Trên đồi hoa trổ bông
Trận gió lạc vô tình
Anh đào rơi rụng hết
Bàng hoàng thu hay đông

Từ đó, ông bâng khuâng với:
Tiếng võng đưa ca dao

Với:

Mưa chiều rơi gánh mẹ
Buồn buồn mẹ vời trông

Ông vẫn nhìn cuộc đời với tinh thần thông cảm, khoan dung:

Hoa đào rụng hết nhiều bông nhưng vẫn chờ tôi dăm đóa lặng lẽ.

Thái độ ấy nhắc chúng ta đến thái độ yêu đời và lạc quan của Mãn Giác thiền sư đời Lý:

Mạc vị xuân tàn hoa lạc tận
Đình tiền tạc dạ nhất chi mai.

(Đừng bảo xuân tàn hoa rụng hết;
Đêm qua, sân trước một nhành mai)

Từng xuất bản một tập thơ với tiêu đề *Chạm Ngõ Vô Thường*, Đặng Phú Phong hiểu tính cách "vô thường" của mọi vật:

Những bụi cát trong chiếc đồng hồ thời gian
Chảy miên man
Kết thành hạt chữ
Vẽ cho đời ...
Rồi những hạt chữ kia lại trở thành bụi cát
Âm thầm lặng lẽ như sa mạc mênh mông.

Đặng Phú Phong – TRÊN ĐỒI HOA TRỔ BÔNG

Trên Đồi Hoa Trổ Bông còn là một tập thơ tình cảm và hoài niệm quá khứ. Tác giả đưa chúng ta trở về với mưa Đà Lạt, mưa Đà Nẵng, trăng Qui Nhơn:

Anh để em dẫn dắt
Vào tình yêu mênh mông
Chúng ta thành hai mảnh
Dập dềnh đóa linh lan ...

Nhìn ra từng thân thiết
Gọi nhau hạt mưa sa
Chảy hòa chung dòng suối
Gọi nhau hạt mưa sa
Trên lá thông Đà Lạt
Cùng thấm vào thân già ...

... Đà nẵng mưa đủ sương mái tóc
Đủ lạnh bờ vai người
Bàn tay run thành đá dựng
Sóng nhấp nhô về mênh mông

Trải dài theo năm tháng
Hoài nghi giữa cuộc đời
Nắm đất rồi khánh tận
Thương ai vẫn lạc loài.

Con rồng về Đà Nẵng
Bỏ người tình sau lưng
Dòng máu trào thiên cổ
Người bỗng thành người dưng.

Thiết tha bao nỗi niềm
Chim bay cao ngàn hướng
Còn con nào đậu lại
Đọng bao điều bi thương...

.. Qui Nhơn người về
Đêm khuya mịt mờ

Sông dài biển rộng
Nhớ người năm xưa.

Qui Nhơn người về
Vòng tay đợi chờ
Trăng Hàn mấy độ
Khóc người năm xưa...

Có những lúc Đặng Phú Phong thả hồn về với "căn nhà xưa":

Tiếng piano, tiếng violon quyện nhè nhẹ
Những thanh gỗ hàng rào chắn che ấm áp
Mùi vỏ thông quấn quít ngọn đèn cầy
Trời tháng sáu mưa rơi về năm cũ
Đường không trơn nhưng lòng trượt dốc dài
Cây thông ngái ngủ buồn rung lá nhỏ ...

Thu mênh mông cho nhan sắc phai tàn
Trong khoảng lặng thời gian vô tận
Em ra đi ngàn dặm. nước non rầu
Nhớ ngày xưa cội tùng sóng vỗ
Nhớ ngày nay em chim nhỏ gõ chuông vàng ...

Đăng Phú Phong chấp nhận tính cách tương đối của sự vật:

Vẫn là hờ hững
Lại đành ra đi
Mãi mãi là quanh quẩn
Đi là về
Về là đi.

Trong thi tập, ta thấy nhiều vần thơ thật đẹp:

Ngày hè không có nắng
Mây xám lợp ngang trời
Hoa ven đường nở chậm
Em níu buồn chơi vơi.
Ngày hè không có nắng

Gói buồn trong tay đêm
Em đi qua phố nhỏ
Thả buồn bay thật êm...

Vòng tay ôm chưa trọn
Em về đâu... thật xa
Áo mỏng còn lưu lại
Một vài bông trong ta

Buổi sáng trời Hà nội
Âm u như sắp mưa
Tay cầm hoa đang nở
Hoa cười ta bơ vơ...

Có những lúc tác giả nấn ná với những kỷ niệm của quá khứ:

Bây giờ em chợt tiếc ... anh
Con chim bỗng hót trên cành mỉa mai
Hỏi chim sao biết tình ai
Chim ngưng tiếng hót vểnh tai. im lìm.
Bây giờ anh chợt tiếc...em
Chuồn chuồn bay thấp cho thèm hạt mưa
Cuộc đời thật cũng chẳng vừa
Không chung chẳng thủy đổ thừa được ai
Hỏi sen. than, liễu chương đài
Hỏi trang. vàng cả góc trời cuối thu...

Mây nói với em điều gì
Trăng nói với em điều gì
Mây bây giờ biến mất
Trăng đã khuất đồi tây

Em đi về xứ lạ
Cất tiếng gọi người xưa
Tội nghiệp em như đàn quạ
Gọi đi! dẫu có thừa.

Bóng xa em bao giờ
Đèn tắt đi bao giờ

Em chỉ còn là bóng tối
Anh chỉ là bơ vơ.

Tuy nhiên, với một cuộc sống vô cùng từng trải, tác giả đã tỏ ra bao dung với mọi người:

Tôi nén thời gian thành viên lóng lánh
Dành tặng ai nhan sắc sắp tàn phai
Tôi nén không gian thành viên kẹo ngọt
Tặng cho ai đã quên mất hình hài.

Tôi nén cơn mưa thành giọt giọt
Khóc cho người tri kỷ chết ngày qua
Tình ngó đàng sau tình mới trọn
Thời gian đi tất cả sẽ nhạt nhòa.

Sau khi đã viết về những người yêu, tác giả đưa ý kiến về việc yêu người:

Yêu người chẳng khác trăng sao
Ràng dây buộc võng đi vào thiên thu.

Tác giả cũng đưa ra chút nhận xét về lịch sử cận đại:

Lịch sử khác gì chiếc lá khô
Mật đắng treo cành
sơn phết đẹp
Nhưng chẳng thể nào hóa mật ong
Ngàn năm trang sử chưa hề khép.

Với ký ức về một quá khứ đau buồn:

Xuân, pháo nổ đùng đùng khắp phố
Nhớ tết ngày xưa đi xuất hành
Tám phương chọn một, cầu may mắn
Đâu ngờ tám hướng súng liên thanh ...

... Khăn tang trắng cả bầu trời đục
Em dại khờ, lay lay xác chồng

Mùa xuân chưa kịp mừng nhau tuổi
Chưa kịp tô em chút son hồng...

Nhưng, cũng là người ý thức được rằng:

Những bụi cát trong chiếc đồng hồ thời gian
Chảy miên man
Kết thành hạt chữ
Vẽ cho đời ...
Rồi những hạt chữ kia lại trở thành bụi cát
Âm thầm lặng lẽ như sa mạc mênh mông.

Tác giả đã tâm sự:

Tuổi chồng chất càng thấy đời cô độc
Chuyện được thua chìm đáy vực tâm hồn.

Và cho chúng ta lời nhắn:

Trời có sáng sao bằng lòng ta sáng
Con đường yên đâu sánh được mình yên
Xin được ngắm tâm ta trong bình thản
Xin vô vi cho thênh nhẹ cuộc trần.

Trước cuộc đời từng trải với bao nhiêu chứng nghiệm phong phú của Đặng Phú Phong, sau khi đọc *Trên Đồi Hoa Trổ Bông*, một người bạn yêu thơ Đặng Phú Phong muốn được chép tặng ông bốn câu của một thân hữu cao tuổi, chỉ ký bút hiệu là Vô Ngã:

Người thích câu rùa đọc Lạc thư
Vớt con cá nhỏ, thấy chân như.
Ta nâng trang sách, nghìn thu đọng
Trời đất rưng rưng giữa mịt mù.

Cuối tháng 10-2024

GS.TRẦN HUY BÍCH

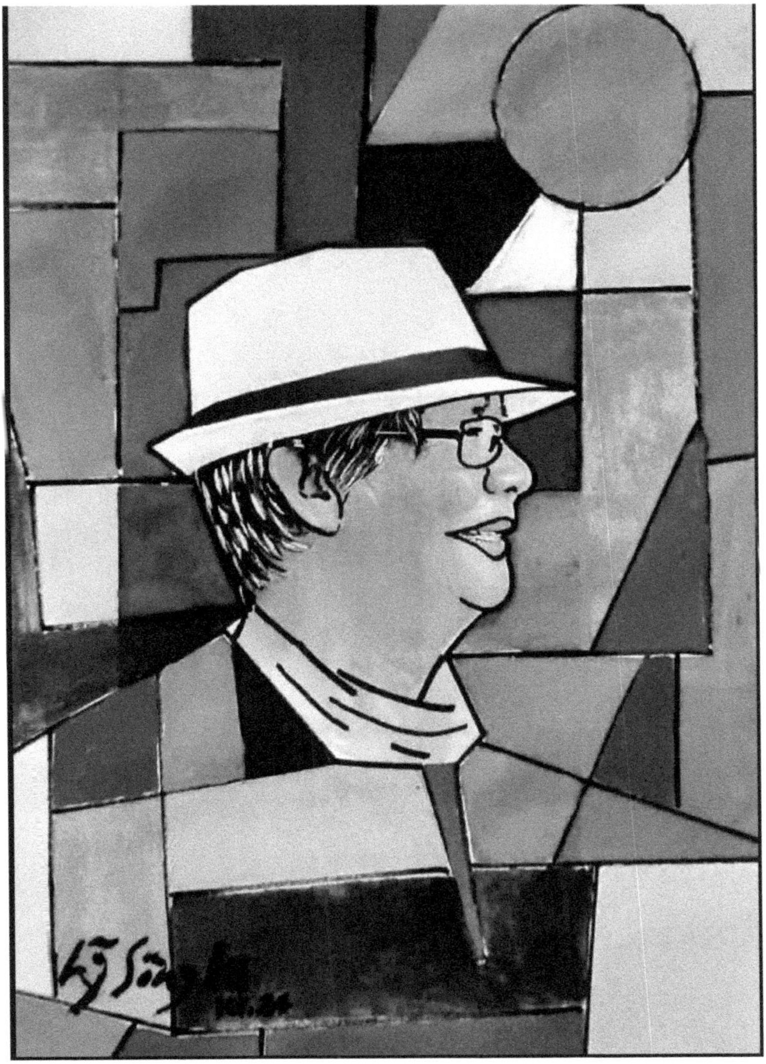

Đặng Phú Phong qua cái nhìn của

Họa sĩ Nguyễn Sông Ba

Trên đồi hoa trổ bông.

Trên đồi hoa trổ bông
Trận gió lạc vô tình
Anh đào rơi rụng hết
Bàng hoàng thu hay đông

Rụng xuống đi hoa xuân
Cho ta chẳng nợ nần
Cho em cười mây trắng
Ngực em tràn thanh tân

Tháng tư trời sao lạnh
Chiều viễn xứ mong manh
Đá lăn hồn vực dậy
Nhớ người thèm trăm năm

Trên đồi hoa trổ bông
Nhớ quá cây ngô đồng
Mưa chiều rơi gánh mẹ
Buồn buồn mẹ vời trông

Xa thật xa âm vọng
Tiếng võng đưa ca dao
Ôi trẻ thơ mộng mị
Còn chỗ nào trăng sao.

Về.

Hoa đào rụng hết nhiều bông nhưng vẫn chờ tôi dăm đóa lặng lẽ

Tôi áp tai vào nụ cuối

Nghe như Napoleon nghiêng tai nghe xác ướp Pharaon Ai Cập

Vô thanh nhưng đầy xúc cảm

Tôi về

Nơi nào cũng về

Từ lúc về với đời

Lúc về Mỹ

Lúc về Việt Nam và lúc về với đất

Đi là bước chân

Về là yên nghỉ

Ngắn dài như chấm phẩy thật thường. yên.

Điệp khúc tháng ba.

Tháng ba, núp bóng cây me trụi
Đường nóng tê da người lạ người
Mong bóng em qua thôi cũng đủ
Gặp lại làm chi.nói cũng thừa

Mùa hoang đã lỡ, chôn cho tuyệt
Cái thuở cuồng si nghĩ nực cười
Cầm chắc phóng lao theo nghiệp chướng
Sá gì tất cả chỉ trò chơi

Tháng ba chợt nhớ thằng gãy súng
Ngạo nghễ cười chơi giữa chiến trường
Hóa trị vẫn nâng ly rượu. cạn
Cuộc đời rồi cũng đến hoàng hôn

Tháng ba uống rượu cùng chàng Mịch
Cất tiếng ngâm tràn Kiều thanh lâu
Xoắn tay đấm mặt Hồ Tôn Hiến
Đạp phắt chàng Kim ở mép rào

Tháng ba nhớ mẹ ngồi lần chuỗi
Cầu nguyện cho thằng con tính khí ngang
Cho nó hồi đầu về hướng thiện
Nghiệp chướng con xin nguyền lãnh, mang

Tháng ba hồi ức.cười nửa miệng
Đường phố ồn ào điếc cả tai
Áo ngắn chân dài cười tíu tít
Người phu hốt rác bở hơi tai

Tháng ba cười nói cho qua quít
Mộ huyệt lạnh lùng chờ đàng kia
Buội bặm một đời đè cuối thấp
Thôi giữ cho xong một kiếp người.

Hạt chữ.

@tặng T-người nói với tôi về hạt chữ.

Những bụi cát trong chiếc đồng hồ thời gian
Chảy miên man
Kết thành hạt chữ
Vẽ cho đời bao nghệ thuật, triết lý và tình yêu
Rồi những hạt chữ kia lại trở thành bụi cát
Âm thầm lặng lẽ như sa mạc mênh mông
Như em và tôi ngồi trong căn phòng cao ốc, nhìn xuống ruộng đồng
Một chiều nóng Nhà Bè chia đôi nước chảy
Em thấy gì trong túp lều đổ gãy
Một tình yêu hay thảm cảnh cuộc đời.

Hạt chữ
Hương của quá khứ ngàn năm
Vị của lịch sử vinh quang và điêu tàn
Hạt chữ
Của Thích ca, Jesus, Khổng tử
Hạt chữ
Của Tuệ Sỹ, Pháp Hoà
Và hạt chữ của em
Mầm của tử sinh, của những gì vươn không tới
Luôn đánh đố với tất cả và chính với thân mình
Sự ra đi của bình minh là bắt đầu tội lỗi
Hạt chữ làm nên tội
Hạt chữ sinh tình yêu
Như buổi tối trong vườn địa đàng có con rắn chúa
Hạt chữ của chàng thi sĩ
Ôm phiêu linh mà mơ ước thiên đàng
Yêu mùa thu cứ tưởng đàn bà
Nên suốt đời lá đổ
Ôi hạt chữ
Hạt chữ

Cánh hoa nở muộn

Buổi chiều so dây lên cao vút
Tiếng Sơn ca hòa nhịp thánh thót
Cuối Xuân sương vẫn mù đồng quê

Con bọ cam ẩn mình đợi chờ
Bóng giai nhân nhớ hương trở về
Đôi chân đong đưa nỗi nhớ

Vàng sao vàng sao cánh bướm lượn
Nhờ nhờ đẫm cánh hoa nở muộn
Em ơi em ơi trăng không về

Ta tặng em đóa phù dung
Góc vườn xưa não nùng
Tóc em đầy sương bụi

Ôi đây có phải là núi
Ôi đây có phải bóng tối
Tìm em tôi lại tìm trong sương mai

Như lăn tăn song vỗ.

Ta như cây cỏ ngậm sương đêm
Để ngỡ ngàn khi tia bình minh giết tận
Và cả đời mãi sao là lận đận
Lận tình yêu và đận cả trò chơi
Trong hốt nhiên thần thánh chỉ chơi vơi
Buồn sụp đổ cả sân Trình cửa Khổng
Chẳng phải tự dưng mà ta phổng lộng
Cười cái cao cao, trào lộng cuộc đời
Đêm vẫn tranh với ngày chút nhân ảnh khơi khơi
Ta bẻ lái những gì như tới đích
Sử ký chỉ chuyên phục dịch
Lớp cầm quyền biến trắng ra đen

Ôi phù phép đời nào cũng có
Nếu mai đây ta có chun vào rọ
Thảy biển Đông (giờ đã hóa thành Nam)
Mọi chuyện vẫn bình an như lăn tăn sóng vỗ
Nhưng sương đầu sông khác sương cuối phố
Như ta và em cũng khác cả nguồn cơn
Đêm của ta là của cội nguồn
Đêm của em là chơi vơi mây bạc
Đã bao nhiêu cuộc đời đi lạc
Chuyện phù trầm thôi gác với chiêm bao

Ngả ba thất lạc.

Anh để em dẫn dắt
Vào tình yêu mênh mông
Chúng ta thành hai mảnh
Dập dềnh đóa linh lan
Hoa linh lan nõn nà
Chuông gọi hồn kiếp trước
Nhìn ra từng thân thiết
Gọi nhau hạt mưa sa
Chảy hòa chung dòng suối
Gọi nhau hạt mưa sa
Trên lá thông Đà Lạt
Cùng thấm vào thân già

Chia đời nhau giữ lấy
Trăng Lạc gió thở dài
Nam hồ chia ba ngả
Hai ta hồn khánh tận
Ta lạc nhau ngả ba
Ta ngả ba thất lạc
Muốn tìm càng xa hơn
Giữa chốn đời xao xác
Thì nhớ cũng là quên

mưa Đà Nẵng.

Đà nẵng mưa đủ sương mái tóc
Đủ lạnh bờ vai người
Bàn tay run thành đá dựng
Sóng nhấp nhô về mênh mông

Trải dài theo năm tháng
Hoài nghi giữa cuộc đời
Nắm đất rồi khánh tận
Thương ai vẫn lạc loài

Có gọi trăng đính ước
Thì nợ với sao đêm
Nợ mặt trời thức giấc
Cười ngạo nghễ, Thượng đế buồn

Con rồng về Đà Nẵng
Bỏ người tình sau lưng
Dòng máu trào thiên cổ
Người bỗng thành người dưng

Thiết tha bao nỗi niềm
Chim bay cao ngàn hướng
Còn con nào đậu lại
Đọng bao điều bi thương

Sóng vỗ chân cầu.

Cho S.S.

Em ơi giờ là nghìn trùng xa cách
Một nửa vòng trái đất con chim nào không mỏi cánh bay
Làm sao anh hiểu nổi trời Houston hôm nay
Xa nhau bao nhiêu buồn tủi
Lệ không nén nổi đêm sâu
Ta thành kẻ chăn trâu
Bơ phờ tìm Ô Thước
Một mình nghe sóng vỗ chân cầu
Nếu đặt tên em hãy là Soyara nữ hoàng sầu muộn
Mang vần đầu tên em một loài thuốc quý

Hạt lựu long long lanh
Đôi mắt buồn
Đóng đinh đời anh
Ôi đâu là thiên đường

Phải chăng tột cùng đau khổ
Ôi đâu là cuồng nộ?
Phải chăng là đam mê
Ôi đâu là Hợp phố?
Mà mơ lúc châu về.
1979

Người đàn bà bay với mùa xanh.

Người đàn bà bay với mùa xanh.
Người đàn bà cầm cái chén trắng
Chờ hứng giọt yêu từ trời
Chẳng may giọt yêu đã thành mưa nặng hạt
Rơi thật xa biền biệt giữa rừng già
Người đàn bà nhắc lại chuyện xưa
Uống một ly cafe đậm đặc
Nhìn sao rơi trong cốc
Chợt thấy mình chẳng khác giọt sương khuya

Tiếng thủy tinh leng keng cụng ly chứa sương khuya

Người đàn bà rên siết

Người đàn bà ước gì bi thương có cánh

Bay vút bay đến tận thiên đường

Tôi vốn hàm chứa ẩn tàng điều gì không thực

Xin cùng bay

Để quên ánh mặt trời

Thèm ánh sáng mặt trời hai

Để người đàn bà giơ tay lên lóng lánh từ bi

Mùa xanh nào nhiệm mầu tỏa sáng

Người đàn bà khai sáng tâm linh tôi.

Chợ đông vẫn buồn.

Hôm nay ngẩn mặt nhìn đường
Có hai con mắt sầu thương kiếp nào
Tưởng chừng lạc bước chiêm bao
Một đời mộng mị hư hao cũng nhiều
Mẹ đi trời đất buồn hiu
Mẹ về nhà trống bếp chiều cũng không
Đi về con mẹ hằng trông
Mẹ ơi sáng sớm chợ đông vẫn buồn.

Mùa sau.

Mùa sau còn
Hỏi bờ đá xưa
Hỏi nấm mồ
Để cỏ xanh mọc
Còn hơn lòng thưa

Mùa sau còn
Chờ ai mà hoa tím
Con nước lặng lờ
Bàn tay đẫm sương khuya

Mùa sau còn
Rụng dăm bông tím
Đông nhớ nhân gian trở về
Vẫn là hờ hững
Lại đành ra đi
Mãi mãi là quanh quẩn
Đi là về
Về là đi

Dốc nắng.

Tôi bước lên dốc nắng
Nắng dài đến thiên thu
Hỏi bóng ai lay động
Có đi về kiếp sau

Tôi đi vào dốc nắng
Dốc cao vút tận trời
Trong hanh vàng xuân mới
Trong nắng quái tàn đông

Mùa thu còn lẩn quất
Cùng nỗi buồn mênh mông
Dốc nắng hắt bảy màu
Đưa em đi về đâu

Tháng bảy rừng xơ xác
Cho em chờ mưa ngâu
Thôi em đừng ái ngại
Lỡ yêu thì về mau.

Con mắt hỏi con đường.

Con mắt hỏi con đường
Mùa đông thắp nến chờ
Để ta động não

Con mắt hỏi con đường
Đang đếm bước chân ai
Quên tuyết rơi dày

Con mắt hỏi con đường
Vàng sao nắng đông tàn
Thiên thần biếng hát

Con mắt hỏi con đường
Tóc ta có đủ dài
Giữ chân viễn khách

Con đường nhìn con mắt
Chân trời nằm hiu hắt
Thở thườn thượt dài.

Gửi lại hạt đau thương.

Hạt đau thương gieo vào tôi từ nhỏ
Mỗi xuân về đâm lộc nở hoa
Hoa đau khổ cơ hồ đa sắc
Màu trộn màu đâu giữ nét ban sơ

Chàm pha đỏ cho thân hình lở loét
Nâu trộn vàng đất cát bám đầy tay
Mùa hạ trắng sao vấy màu bùn sét
Để hoa hồng cúi mặt lắt lay

Thánh giá đâu cho tôi xin thứ tội
Tay run run học lần hạt Mân côi
Vườn địa đàng có còn bỏ ngõ
Hạt giống tôi mang. gửi lại cho trời

Tòa sen đâu tôi ngẩng đầu. thành kính
Từng cánh sen cong vút đóa vô thường
Mùi sen ngát. chín tầng. tôi gửi gắm
Giữ đi thôi, này hạt đau thương.

Căn nhà xưa.

Tiếng piano, tiếng violon quyện nhè nhẹ
Những thanh gỗ hàng rào chắn che ấm áp
Mùi vỏ thông quấn quít ngọn đèn cầy
Trời tháng sáu mưa rơi về năm cũ
Đường không trơn nhưng lòng trượt dốc dài
Cây thông ngái ngủ buồn rung lá nhỏ
Trần báo cũ càng thâm nâu hơn nữa
Thu mênh mông cho nhan sắc phai tàn
Trong khoảng lặng thời gian vô tận
Em ra đi ngàn dặm. nước non rầu
Nhớ ngày xưa cội tùng sóng vỗ
Nhớ ngày nay em chim nhỏ gõ chuông vàng
Con vàng anh ngưởng cổ gọi ai khan
Tiếng piano rạt rào như sóng vỗ
Ru chút lòng lỗ chỗ bởi cuồng. mê.

Cửa sổ của một buổi chiều.

cửa sổ của một buổi chiều
vàng óng như trái lê đong đưa trên cành
giữa xuân ai trả nợ tuổi trẻ
đám chim chóc nhảy vui mở hội trái thơm và cả hoa thơm
cũng không bù nổi sự mất mùa
cửa sổ của một buổi chiều
lấm lem phế tích
đám rêu kia mò mẫm với loài sên
một cú hích chỉ làm trai trẻ đoạ
không thể làm mới ô cửa
không thể đổi thay những ý nghĩ thấp hèn
cửa sổ của một buổi chiều

có con mèo nằm im đợi
một người có thể dị ứng với lông đẹp mượt mà
hắt xì hơi làm cho nó kinh hoàng
cô chủ nhỏ sẽ vội vàng ve vuốt
đôi mắt biếc chỉ dành cho ai đó
bộ lông vàng chỉ làm khổ người dưng
cửa sổ của một buổi chiều
nhìn xuyên hàng cây dày đầu chụm
bóng mát kia che khuất cặp tình nhân
họ cũng không cần ánh sáng hay bóng đêm
tất cả vẫn trôi như dòng sông ng

Cho em khúc vô thanh.

Vòng tay ôm chưa trọn
Em về đâu… thật xa
Áo mỏng còn lưu lại
Một vài bông trong ta

Buổi sáng trời Hà nội
Âm u như sắp mưa
Tay cầm hoa đang nở
Hoa cười ta bơ vơ

Mẫu đơn đang mãn khai
Trăng cũng ngã đồi Tây
Nỗi buồn pha màu đắng
Chờ ai ta chờ ai

Trên cầu Madison
Hauser đang chơi đàn
Mối tình nào không trọn
Sẽ luôn đầy tiếng vang

Ta chơi đàn không dây
Ngón tay chai khúc củi
Nghe như tiếng sóng trào
Cho em khúc vô thanh.

Phân vân đôi ngả.

Nhớ người tìm mãi trong túi áo
Ngộ sót cánh hoa hái trộm nhà
Chợt mảnh ngọc lan khô quắt héo
Hương thoảng buồn riêng một kiếp xa

Soi rọi nỗi niềm tìm khoảng trống
Chỗ nào còn đó một niềm tin
Chơi vơi tầng cổ pha chút nắng
Nắng có vàng không trên tóc xinh

Có lúc đem tình phơi bờ dậu
Gió như giông nhưng áo chẳng bay
Tình vẫn pha men ngày mới lớn
Vẫn đau thương. ngọt lịm từng ngày

Tình hào phóng sẻ chia nhiều bận
Để đêm đêm thao thức với cô đơn
Từng cuộc tình, từng xước dòng máu đỏ
Diễu cợt chơi nên cứ cười dòn

Lỡ mất niềm tin nhưng không bỏ cuộc
Vì cuộc đời đâu thể dễ bình yên
Nắng tháng tám làm sao rơi tháng chạp
Ta nhập chơi cùng thế sự đảo điên

Nắng hạ cũng liêu xiêu bóng đổ
Gả cuồng say không biết nơi về
Trăng độ lượng ôm sâu người ngồi khóc
Tìm đâu tôi. người đã mất linh hồn

Tôi nén thời gian thành viên lóng lánh
Dành tặng ai nhan sắc sắp tàn phai
Tôi nén không gian thành viên kẹo ngọt
Tặng cho ai đã quên mất hình hài

Tôi nén cơn mưa thành giọt giọt
Khóc cho người tri kỷ chết ngày qua
Tình ngó đàng sau tình mới trọn
Thời gian đi tất cả sẽ nhạt nhòa

Gối mãi tâm linh đầu cũng choáng
Úp mặt lên tay nghe tủi hờn
Phân vân đôi ngả yên và động
Động cả sơn hà. yên vắt vai

Aug 6.23

Bây giờ ta chợt tiếc nhau

Bây giờ em chợt tiếc … anh
Con chim bỗng hót trên cành mỉa mai
Hỏi chim sao biết tình ai
Chim ngưng tiếng hót vểnh tai. im lìm
Bây giờ anh chợt tiếc…em
Chuồn chuồn bay thấp cho thèm hạt mưa
Cuộc đời thật cũng chẳng vừa
Không chung chẳng thủy đổ thừa được ai
Hỏi sen. than, liễu chương đài
Hỏi trang. vàng cả góc trời cuối thu.

Cầm lên, đặt xuống.

Cầm lên. đặt xuống. chữ tình
Để đâu cũng thấy cái hình chơ vơ
Nghiêng vai lệch đến mấy bờ
Cầm lên. đặt xuống càng ngơ ngẩn người.

Xuân muộn

Chạnh lòng ta cũng gọi xuân
Ô hay nguyệt đã rụng cùng đêm vui
Hoa mai mấy cánh ngậm ngùi
Nằm nghiêng long chén ngủ vùi nguên tiêu
Mời em ngã nón qua đèo
Nhe tiền thân lủng lẳng treo ngang mày
Ngại ngùng tay nắm bàn tay
Bạc đầu cỏ trắng chưa bày lòng xanh
Em đi còn chút nắng hanh
Thuở ban sơ mộng dỗ dành tương lai
Mùa xuân về đánh giấc dài
Gọi trăng đính ước khép cài xuân thu

Chỉ còn là bơ vơ

Mây nói với em điều gì
Trăng nói với em điều gì
Mây bây giờ biến mất
Trăng đã khuất đồi tây
Đàn quạ xơ xác mùa đông
Cất tiếng kêu gọi đàn
Chúng đâu biết cùng cây bưởi
Gọi nhau bởi đoạn trường
Em đi về xứ lạ
Cất tiếng gọi người xưa
Tội nghiệp em như đàn quạ
Gọi đi! dẫu có thừa
Bóng xa em bao giờ
Đèn tắt đi bao giờ
Em chỉ còn là bóng tối

Anh chỉ là bơ vơ
Mấy chuyện phù trầm.
Ta như cây cỏ ngậm sương đêm
Để buổi sáng tia bình minh giết tận
Và cả đời mãi sao là lận đận
Lận tình yêu và đận cả trò chơi
Trong hốt nhiên thần thánh chỉ chơi vơi
Buồn sụp đổ cả sân Trình cửa Khổng
Chẳng phải tự dưng mà ta phổng lộng
Cười cái cao cao, trào lộng cuộc đời
Đêm vẫn tranh với ngày chút nhân ảnh khơi khơi
Ta bẻ lái những gì như tới đích
Sử ký chỉ chuyên phục dịch
Lớp cầm quyền biến trắng ra đen

Ôi phù phép đời nào cũng có
Nếu mai đây ta có chun vào rọ
Thảy biển Đông (giờ đã hóa thành Nam)
Mọi chuyện vẫn bình an như lăn tăn sóng vỗ
Nhưng sương đầu sông khác sương cuối phố
Như ta và em cũng khác cả nguồn cơn
Đêm của ta là của cội nguồn
Đêm của em là chơi vơi mây bạc
Đã bao nhiêu cuộc đời đi lạc
Chuyện phù trầm thôi gác với chiêm bao

Còn có vội điều chi.

Bên kia đường mùa xuân rực rỡ
Bên nây đường đông lạnh tả tơi
Và con đường chỉ toàn là sỏi đá
Ta bước đi đôi ngả vẩy chào nhau
Em lung linh cuối đường vẩy gọi
Một bàn tay lồng lộng triệu bàn tay
Chim đã hót những lời nóng vội
Thế gian này còn có vội điều chi

Trăng một thuở bên cầu soi sáng
Đêm bình yên cho ta sánh bên nhau
Dẫu năm tháng đã mất nhau mãi mãi
Em nghe chăng anh vẫn tiếng kinh cầu
Tuổi chồng chất càng thấy đời cô độc
Chuyện được thua chìm đáy vực tâm hồn
Xa xôi quá một lần làm lãng tử
Đã không gìn giữ bữa tân hôn
Trời có sáng sao bằng lòng ta sáng
Con đường yên đâu sánh được mình yên
Xin được ngắm tâm ta trong bình thản
Xin vô vi cho thênh nhẹ cuộc trần

Sợi tóc thành vách ngăn.

Ngày hè không có nắng
Mây xám lợp ngang trời
Hoa ven đường nở chậm
Em níu buồn chơi vơi
Ngày hè không có nắng
Gói buồn trong tay đêm
Em đi qua phố nhỏ
Thả buồn bay thật êm
Hoàng ơi vàng mấy độ
Sao ấp ủ cho đành
Mùa em giơ tay hái
Vàng bay. vàng mong manh

Chờ mưa đêm đất khách
Ai lãng tử ai vàng son
Đất phai phai màu nhớ
Thương em vạn kiếp buồn
Ngày hè không có nắng
Như dòng tĩnh mạch đen
Như thở dài trong gió
Giải trừ bao chông chênh
Hoàng ơi đời nửa mảnh
Ta đã bao ngại ngần
Dẫu thần giao cách cảm
Sợi tóc thành vách ngăn

Vạt nắng phai

Em hứa màu nắng dẫu có phai
Riêng tình em biển rộng sông dài
Biển nối sông nên sông không cạn
Em liền anh tình mãi không phai

Có phải gió đang reo dốc Mộng Cầm
Lùa tóc em bay chốn xa xăm
Bến xưa Hoàng hậu đùa với đá
Bây giờ đá nhẵn. bóng soi em

Giơ tay em nắm chơi vạt nắng
Vạt nắng chiều nay, vạt nắng phai
Buồn thoáng môi em khô mấy đóa
Mấy đóa Hồng nhung độ tàn phai

Rộng gót chiều thu anh với biển
Giang hồ một nỗi nhớ căm căm
Vạt nắng phai mang tình tan vỡ
Nghe sóng thầm bài hát không tên

Ai hiểu giùm tôi cô gái Huế

Ai hiểu giùm tôi cô gái Huế
Tóc dài, tình biết có dài không
Nhiều khi hoa cỏ làm chăn gối
Em có ngoan hiền như ước mong

Em dạ nhưng sao tôi thấy lạ
Vì khóe môi em cứ cong cong
Hồn nhiên em vẫn thoáng ngập ngừng
Nên lòng anh bỗng hóa mông lung

Dịu dàng em làm anh ngây ngất
Thùy mị em cướp mất hồn anh
Thẹn thò chi cho anh bỡ ngỡ
Xa xôi chi cho anh bận long

Mùa đông em mang hương bưởi cốm
Vào Kinh thành gieo rắc đường thơm
Nửa thanh tân nửa hồn đài các
Anh đứng nhìn lòng cứ lâng lâng

Ai hiểu giùm tôi cô gái Huế
Thật kiêu sa và cũng rất mông lung
Ai biết được thật lòng cô gái Huế
Nói hộ tôi để khỏi bận lòng.

Người em Đà Lạt.

Nhìn mây Đà Lạt buồn vô hạn
Trăng gác đồi thông úa cỏ Hồng
Em đã phương nào không từ biệt
Cuộc đời xoay, xoay mãi không ngừng

Ta giống người xưa đứng ngậm ngùi
Nhìn hoa đào nở cánh rơi rơi
Rêu xanh lối cũ thiên thu lạnh
Em mất rồi sao - chết thật ư?

Em ơi! thiêng chỉ cho ngôi mộ
Ta đến ôm em phút cuối cùng
Có phải ở bên dòng suối bạc?
Đồi thông hòa nhạc vọng tình em

Giò lan trắng điểm màu tim tím
Hương quế ngọt ngào bay lang thang
Em đã về đâu nào ai biết
Ta nghe trong gió dãi khăn san

Thôi em đã thiên thu ly biệt
Hòn đá tròn lăn mãi chẳng dừng
Phố chợ buồn nghiêng theo dốc núi
Lạc gió em rơi giữa ngàn trùng

Chuyện tình đom đóm

Nhớ ngày xưa có chàng đom đóm
Yêu sĩ mê nàng cúc họa mi
Nhưng nàng vẫn hồn nhiên chẳng biết hay gì
Chàng đóm chỉ đành ôm lòng chờ đợi
Bỗng một hôm
Đom đóm nghe cúc thở dài não nuột
Ngày mai nàng sẽ dự thi
Ngôi hoa hậu rạng thơm khắp nước
Nhưng than ôi nàng quá sao mộc mạc
Nhan sắc nàng là hoa dại cỏ hèn
Sánh đâu bằng tường vi, thược dược

Cẩm chướng kiêu sa Hồng, lan đài cát
Đom đóm nghe mà tơ vò đòi đoạn cả lòng
Cố nặn óc tìm ra trăm kế ngàn phương
Chợt chàng nghĩ hi sinh chút ánh sáng lập lòe thiên phú
Chàng cứa thân mình vào thanh gai sắc
Ôi một tiếng thét vang lên, vừa xé lòng bi thương vừa vui mừng hạnh phúc
Cắt thân mình, nửa làm nhụy cho cúc họa mi
Nửa thân còn chập choạng bò lê dưới đất
Em ơi em , ta tự lòng vui dâng hiến
Để ngày mai em nhận sắc rực trời
Từng ánh chớp trong thân ta ngời sáng
Em sẽ thành viên ngọc của Trương chi
Còn ta chỉ xin được ôm chân em lần cuối
Trời không phụ mối tình cao quí
Và họa mi lên ngồi ngự ngôi cao

Vương miện sáng
Tay quyền lực lung linh trên vương trượng
Đang thật vui bỗng nàng nghe vướng vướng
Ồ thì ra dưới gót chân là nửa xác chú đóm tàn
Nàng thản nhiên hất chân xua xác đóm
rơi xuống dòng suối chảy.
Biết về đâu!
Vĩnh quang rồi cũng hết
Nàng hậu rồi cũng bị lãng quên
Chỉ còn bông hoa cúc trắng
Buồn thiu nhuỵ vàng của chàng đom đóm lưu niên
Bơ vơ giữa chợ đời bỏ mặc
Cúc họa mi phải nhập từng đoàn
Từng đoàn bên nhau mà sống
Trên thảo nguyên chiêu niệm, hát khúc đom đóm si tình.

Đừng làm tôi khóc

Đừng làm tôi khóc
Hỡi con chim đang hót tràng bi thương
Cho đàn con trong tổ vừa mất tích
Đừng làm tôi khóc
Hỡi đứa bé đang bươi đống rác
Tìm chút thức ăn thừa cho đỡ xót lòng
Đừng làm tôi khóc
Hỡi cơn mưa bão
Bao mái nhà tranh
Chớp mắt sụp đổ tan tành
Đừng làm tôi khóc

Hỡi chiến tranh Ukraina

Những cái chết tồi tệ nhất đang xảy ra

Những phá hủy khủng khiếp đang hủy diệt loài người

Bảo đừng làm tôi khóc

Nhưng lệ của tôi đã ứa dài

Đừng làm tôi khóc

Hỡi con người

Và hỡi chính tôi!

Một thân hai bóng.

Tôi chia. chẻ bóng hai bên
Bên nhìn biển rộng, bên ôm đường dài
Nửa tình nửa cảnh chia hai
Được không. được có biết ai chia cùng
Thương bàn tay nhỏ khiêm cung
Buồn qua phố chợ ngại ngùng bước chân
Chiều hoang bóng đổ ngập ngừng
Ngẩn ngơ con dốc, nghìn trùng đầu thông.

Ru con. Bình định.

@ nhớ một thời đã mất.

Hời hò hời- hời hò hời
Con ngủ đi con
Ba con lo chuyện nước non chưa về
Nước non chưa về
Hời hời hời- hời hò hời
Mẹ nguyền nặng một lời thề
Nuôi con lo cả yên bề mẹ cha
Đêm dài mẹ nhớ ba con
Chiến trường thấp thỏm sống còn ra sao
Sống còn ra sao
Hời hò hời- hời hời hời

Trên trời muôn ức vì sao
Biết tìm đâu thấy ngôi nào của em
Hò hời chân tay quần quật ngày đêm
Bửa no nửa đói
Đá mềm chân cứng
Nỗi niềm riêng mang
Trăng biệt khổ mơ màng
Mong ngày tái ngộ ơi chàng thương yêu
Hời hò hời- hời hò hời
"Một mai ai chớ bỏ ai
Chỉ thêu nên gấm sắt mài nên kim"
Hời hò hời
Câu hò Bình định ngậm ngùi
Câu hò Bình định ngậm ngùi ru con.

Sự cô đơn xa xỉ.

sự cô đơn xa xỉ
ấm áp hơn nỗi buồn
em thốt lời tri kỷ
giọt nước vang trong ly

chiếc then cỏ thành xích
cánh cửa che ánh sao
mùa đông như vỗ cánh
bay tôi. bay ngọt ngào

người cô đơn xa xỉ
thường làm thơ ru mình
người tình như chiếc bóng
trang điểm cho niềm tin

kệ em! hay cứng cổ
kệ em! chết trong lòng
mai kia hồn phiêu dạt
khóc hều giữa lãng quên

em xa xôi. lo sợ
bỗng dưng muốn bình an
em suốt đời thơ trẻ
lúc nào cũng: bỗng dưng

tôi cô đơn xa xỉ
rủng rỉnh chút tình dư
em nghênh nghênh mặt dữ
ngan ngát mối sầu hư
hai ta đều quỷ sứ
nhưng lòng thật từ bi

Chung chỗ ngàn năm.

Vô số ánh trăng sao lung linh dưới dòng sông biên giới

Người trên bờ vớt lên

Một bên là những viên kim cương ngọt ngào. lóng lánh

Một bên là những giọt lệ nóng. nặng ngàn cân

Buồn thay tất cả chúng cũng đều lung linh. lấp lánh

Tôi hiểu vì sao

Thực. hư không còn biên giới

Tự dòng sông là có đủ đôi bờ

Mỗi bên đều là bờ khi ta quay lại

Chỉ vì sợ hãi

Giọt nước long lanh
Biến thành giọt lệ bi thương
Em có qua cầu hãy xin một lần quay lại
Nếu có yêu ma cũng một kiếp người
Thở mùi ly biệt
Nếm vị hoàng hôn
Nuốt lệ khóc người
Rồi cũng về nằm chung chỗ ngàn năm
Với vị ngọt mật
Hương hoa bát ngát
Kiêu sa từng bước chân
Tinh túy nhất đời hằng
Ôi chung chỗ ngàn năm
Mặt trời rồi cũng tắt.

Ta sẽ chết nhẹ nhàng như lá cỏ

Ta sẽ chết nhẹ nhàng như lá cỏ
Mọc bên đường sớm nắng chiều mưa
Đông lạnh buốt. ngậm sương rơi. hóa đá
Hạ nắng bừng. tàn tạ một thân cô

Ta sẽ chết dịu dàng tựa rong rêu
Nằm im hơi trên triền đất ngậm ngùi
Bờ sinh tử không còn biên độ sáng
Em có về xin hãy còn ngoan
Đừng chới với để ta yên tấc dạ
Về bên kia không chút bàng hoàng

Ta sẽ bay về khung trời thơ mộng
Bàn tay vui bấm nhẹ tiếng dương cầm
Không gian hồng và chẳng có hoài mong
Đời thật nhẹ. tuổi thơ ngây mãi mãi

Ta sẽ chết. ngọt ngào. êm ái
Em hãy về cùng cuộc sống bình minh
Chân có mỏi, tay có buồn gõ nhịp
Cũng vui thôi và sống thật an bình

Hai thằng tôi

nhiều người bảo sao tôi cứ thức khuya
có ai biết trong tôi có hai thằng người
nó không nhắm mắt
sao tôi có thể ngủ
tôi ăn rõ thật ít
mỗi bữa chỉ một chén
nó không chịu ăn
tôi luôn luôn đói
hai đứa đánh nhau
nó thắng
tôi thua
nên đói ơi là đói
người đàn bà hỏi tôi

sao chẳng thấy anh yêu ai
tôi đáp trong tiếng thở dài
tình yêu luôn như thánh
làm sao tôi yêu ai
tôi bảo tôi muốn chết
thằng kia bảo đồ khùng
bạn sống hoài bất tử
tôi đành làm người dưng

Uống rượu cùng xuân.

Nâng điệu buồn lên cùng chén rượu
Bạn bè dăm đứa hát chào xuân
Xưa “có những người không biết Tết(*)”
Nay lắm thằng cười uống rượu xuân

Say xuân nhưng biết xuân đâu nhỉ
Hình như mai nở đất trời xa
Qui Khứ Lai Từ người hát lại
Chính Khí Ca còn chỉ có ta

Lịch sử khác gì chiếc lá khô
Mật đắng treo cành
sơn phết đẹp
Nhưng chẳng thế nào hóa mật ong
Ngàn năm trang sử chưa hề khép

Ta vuốt mặt ta cười thống khổ
Ai cười ai khóc giữa cơn say
Một mai thế sự ngồi tính toán
Thì cũng qua rồi chẳng lụy ai

Thằng bé lần khân bên cổng chào
Chuyện đời sao lại giống chiêm bao
Vinh quang mấy thước đo không hết
Sụp ngã hôm sau
nuốt lệ trào

Xuân, pháo nổ đùng đùng khắp phố
Nhớ tết ngày xưa đi xuất hành
Tám phương chọn một, cầu may mắn
Đâu ngờ tám hướng súng liên thanh

Tan tác còn hơn ong vỡ tổ
Máu chảy đầy, nhầy nhụa chân xiêu
Đạn pháo không chừa nơi cúng bái
Chổng chơ bánh tét đến cây nêu

Khăn tang trắng cả bầu trời đục
Em dại khờ, lay lay xác chồng
Mùa xuân chưa kịp mừng nhau tuổi
Chưa kịp tô em chút son hồng.

Nhìn xuân chợt thấy hoa đông sót
Khóm cúc cúi đầu nhớ lá rơi
Ta cũng như Xuân thèm nắng hạ
Cho quên một thuở gió đông về

Tết chật chội, thèm lắm đại ngàn
Con đường cao tốc rộng thênh thang
Nhưng đi đi mãi không đến chốn
Mới biết đời ta trót muộn màng

Xuân xưa uống rượu đầy hào khí
Xuân này uống rượu cúi đầu say
Thất thập lai hy ồ chuyện nhỏ
Sớm muộn rồi ai cũng xuống mồ

……………………..

(*) thơ Tạ Ký

Một buổi hoàng hôn.

Có lúc tôi yêu đời ghê gớm
Bù những khi ấy tởm lợm người
Cười sấm động mặt mày vênh váo
Cho bỏ lòng ôm mặt khóc hu hu

Lái xe băng vòng cung biển lớn
Núi một bên sóng vỗ một bên
Trước mặt là khoảng không vô tận
Không vị mùi không cả không tên

Điều gì đó, phải là sống chết?
Là những gì phi lý của đời
Triết cao siêu hay đầu bã đậu
Khác gì đâu lờn cợn, bàu nhàu

Khi sống không làm chủ được
Lúc chết đi chẳng biết kẻ chôn
Đời thật tào lao như táo bón
Chẳng qua là một buổi hoàng hôn

Răng mà giận dỗi.

Tại vì em, ơi cô xứ Huế
Vội mần răng mà bỏ cả đuôi đầu
Răng giận dỗi mà chối từ gặp gỡ
Để rồi buồn suốt cả đêm thâu

Anh đâu hiểu răng em rắc rối
Dễ giận hờn, nũng nịu để anh thương
Mình đã lỡ một buổi chiều thật đẹp
Để bi chừ mỗi đứa lạnh một phương

Sao hai đứa mình không cùng xin lỗi
Vỗ về nhau cho giấc ngủ an lành
Em sẽ hát tình ca trong mộng mị
Anh nhẹ nhàng xoa nhẹ bờ vai em

Anh sẽ về thăm em Sài Gòn nóng
Cầu Him lam thong thả bước chân tình
Nước dẫu dục nhưng lòng trong lấp lánh
Tình hai ta tươi đẹp buổi bình minh

Xa xôi người về

Qui Nhơn người về
Đêm khuya mịt mờ
Sông dài biển rộng
Nhớ người năm xưa

Nụ cười ngây thơ
Áo dài ấp ủ
Cát vàng mong chờ
Thầm thì biển ru

Nhưng ôi đường dài
Hoa bay muôn trùng
Xưa ta hẹn hò
Yêu nhau độ lượng
Nhưng tình cứ bay
Nhưng tình cứ phai

Qui Nhơn người về
Vòng tay đợi chờ
Trăng Hàn mấy độ
Khóc người năm xưa

Đợi người bao năm
Hóa màu huyết dụ
Nắng vàng hong buồn
Lòng người biển dâu

Thôi em tình mình
Như sương trên ngàn
Sương tan nhẹ nhàng
Cho trăng mộng mị
Cho mình nhớ nhau
Cho mình nhớ nhau

Trời cao biển rộng
Mơ mộng cánh diều
Về đâu về đâu
Như hoa sầu đâu
Hương len mái rạ
Để ai u sầu
Ngồi khóc bên dòng
Sông Côn nước biếc
Gập ghềnh nuối tiếc
Gập ghềnh tuổi xuân

Qui Nhơn người về
Mấy thuở trăng Hàn
Ngậm ngùi trăng tan
Sầu ai vô thủy
Tình ai vô chung
Núi non vẫn đợi
Người về Qui Nhơn

Tìm em sương mai.

Buổi chiều so dây lên cao vút
Tiếng Sơn ca hòa nhịp thảnh thót
Cuối xuân sương vẫn mù đồng quê

Con bọ cam ẩn mình đợi chờ
Bóng giai nhân nhớ hương trở về
Đôi chân đong đưa nỗi nhớ

Vàng sao vàng sao cánh bướm lượn
Nhờ nhờ đẫm cánh hoa nở muộn
Em ơi em ơi trăng không về

Ta tặng em đóa phù dung
Góc vườn xưa não nùng
Tóc em đầy sương bụi

Ôi đây có phải là núi
Ôi đây có phải bóng tối
Tìm em trong sương mai

THIỀN SƯ

-Thiền sư loạn thị

Đọt nắng vàng trên cây
Thiền sư bỗng thấy ngày như đêm
Thấy nàng tóc rất mềm
Ngại trời sập nên im lặng nhìn
Chiều về ngồi tụng kinh
Phật không thấy. thấy hình tóc bay

-Thiền sư cuốc đất

Cuốc đất đổ mồ hôi
Thấy con giun đứt đôi. úí chà
Ngày mai trồng luống cà
Lẽ sinh diệt ắt là, tránh đâu
Đấu tranh từ ngọn rau
A đi đà Phật, đau đáu lòng

-Thiền sư cạo tóc

Cạo đầu tóc sạch trơn
Vứt dao bỗng thấy hờn bản thân
Mọc chi cái ngu đần
Thông thiên huyệt đằng vân lên trời
Trời thấy thiền sư: cười
Về đi! cứ làm người cho xong

-Thiền sư uống rượu

Làm người uống rượu thôi
Rượu không sắc thì đời bỏ đi
Không tiền bị cạo đầu
Bèn tu lại. rũ mầu thế gian
Quẩn quanh như kẻ điên
Cũng đòi bỗng diện tiền Như Lai

-Thiền sư qua đời

Hôm sập một góc trời
Đè thiền sư qua đời liền ngay
Thiền sư nào có hay
Cứ kinh cứ mõ ngày ngày thôi
Nhìn xuống thấy mùi hôi
Xác ai đang rã rời, tội thay!

Em bé hát dưới cầu

Dưới cầu là cát
Nước đôi nhánh xẻ dòng
Lững lờ trôi. hẹn gặp
Ở nơi nào ai biết không

Em bé ngồi
chân cầu hát
Mẹ ơi con nhớ mẹ
Mùa đông rồi nước đùng đùng lớn
Nước ngập luôn cầu
Sao mẹ không quay lại

Mà ham về cho mau
Để mẹ trôi theo cầu
Mẹ về đâu? về đâu?

Tiếng hát vang dạ cầu
Hòa cùng dòng nước nhỏ
Trôi về đâu? Về đâu?
Nơi mẹ đến. không về
Nơi biển xanh màu nhớ
Nơi cát vàng bơ vơ.

Nước mắt bé chảy dòng
Như nhánh rẽ của dòng sông
Tiếng khóc thành tiếng nấc
Nước mắt khô thành cát
Ôi cuộc đời hư không

Cho em tháng mười

Tháng mười có một chỗ dành cho em
Buổi sáng mai, ngoài vườn nắng rất mới
Vì hôm qua em và mưa đều rất buồn
Những con nai lạc vào vườn thản nhiên gặm cỏ
Tháng mười anh gọi hoài những bông hoa nhỏ
Nở cho anh những nụ thiên thần
Tặng cho em như tặng nàng công chúa
Hình như thu thật nhẹ nhàng
Vuốt từng lá xanh trổi màu đỏ máu
Đối diện màu đèn vàng thắp giữa công viên
Rừng cây phong vẫn chừa chỗ em ngồi
Nấm sẽ mọc hai hàng đắp mộ
Tháng mười luôn giữ chỗ
Cho em. nàng công chúa của ngàn xưa

Qui Nhơn mưa rất khẽ.

Qui Nhơn có những chiều mưa rất khẽ
Rất an yên và đậm nét từ tâm
Em xuống phố áo xanh bay nửa vạt
Thật hồn nhiên dưới những giọt mưa thầm

Đường Nguyễn Huệ nép dài theo bãi cát
Sóng vỗ cao hoà khúc hát thiên thần
Ghềnh Ráng cong ôm nỗi buồn của núi
Trải thiên thu chưa trả hết nợ nần

Đôi tháp thâm u
ngậm nỗi buồn vong quốc
Vẫn còn vang tiếng hát ru hời
Hồn người thiêng in hình viên gạch đỏ
Trống Chăm pa không dấu nổi buồn rơi

Em rất khẽ cũng như ta rất khẽ
Bước chân trần chạm nhẹ bụi thời gian
Người dân đen đến ngôi cao hoàng đế
Hạt bụi này là dấu vết hồng hoang

Dùng biển nói mênh mông

Dùng biển nói mênh mông
Dùng em tẩy trắng lòng đa đoan
Mai rồi kiệm lời ngoan
Còn tay run với toàn nhá nhem
Xin một chút êm êm
Lòng mây đợi tóc mềm ấm vai
Lầu cao hỏi Chương Đài
Chờ nhau mấy bận hoài công nhau

Tàn trắng mây bay

Chia tay với nụ hôn thật vội
Mùa nóng hay em hồng má xuân
Vòng tay chưa trọn người đã khuất
Giã từ anh nói một mình anh

Làm sao anh hiểu chim đang hót
Có gọi em về trong tối nay
Làm sao anh biết mưa đêm vắng
Có giọt nào sa trên tóc em

Nhớ người mới đó thành qua khứ
Buồn vắt cành khô cứ riêng mang
Anh về nhặt nhạnh từng chiếc lá
Mỗi chặng tình yêu mỗi lỡ làng

Chẳng thể quay về cùng quá khứ
Nên đành bỏ ngỏ với tương lai
Mịt mù tìm giữa đời lạc lối
Lối nào cũng đầy ắp chông gai

Anh để riêng hồn nhìn thân phận
Một nhúm tro tàn trắng mây bay
Hạt bụi anh rơi vào biển cả
Tịnh không một thuở ở nơi này

Kki trời chẳng bình minh

Bỗng nhiên nàng làm ta có nhiều thắc mắc.
Để ta buồn tay chạm nỗi bơ vơ
Nàng có thật hay không có thật
Đêm như Liêu trai hoá bướm không ngờ

Trăng bên đây đã đi vào dĩ vãng
Trăng bên kia ngơ ngác một linh hồn
Ôm mặt trời ta nuốt ngấu cô đơn
Một vũng máu điên cuồng văng đêm tối

Không thánh thiện cũng không mong tội lỗi
Đường ai đi hãy lục vấn riêng mình
Đất rung lên một hôm đầy lửa khói
Nàng nơi đâu khi trời chẳng bình minh!

Mỗi thế kỷ có bình yên thế kỷ
Mỗi âm vang từ lòng đất thơm lành
Như giọt sữa từ thiên nhiên mẫu tử
Nàng về đâu trong muôn cỏ vàng xanh

Đời có biến nhưng xin nàng giữ lấy
Riêng cho mình một chút ít tinh khôi
Hoà với rượu để sẽ là bất tuyệt
Khúc cầu hoàng chim phượng ngẩn ngơ ôi!

Ma mị

Ma Mị bây giờ anh đã quên
Mị ơi giờ cũng hết thân quen
Hôm nay bỗng nhớ em lắm lắm
Dẫu biết bây giờ Mị đã quên

Xưa em thường nói anh ma mị
Hờn trách hay là cũng mắng yêu
Ai biểu tên em là cô Mị
Anh có là ma cũng xứng thôi

Hai mươi năm vật đổi sao dời
Hai ta mỗi đứa một cuộc đời
Có biết tin nhau đành thinh lặng
Nhớ nhau chỉ để vậy mà coi

Bây giờ thế giới là mặt phẳng
Tên em đặc biệt khó trùng ai
Xem dung nhan khác xưa nhiều lắm
Thêm một đàn con. bỗng mệt nhoài

Nhưng vẫn nhớ em như mới xa
Buồn như vừa cắt thịt rách da
Nằm lịm cả tuần chờ cái chết
Đời bây giờ đáng thật là ma

Thôi em. mỗi đứa đều yên phận
Có nhớ nhau hãy nói với trăng
Giữ hộ cho nhau tình yêu đẹp
Ma Mị lời xưa đã hóa băng

Xin một đêm dài.

Ta cần một đêm thật dài
Vì ngày qua gánh nặng đôi vai
Đôi vai rời rã
Tơi tả hình hài
Nhật Nguyệt trùng lai. ta chẳng còn ai
Núi kia bao giờ tận
Sông kia bao giờ cạn

Sức ta mau chóng tàn
Xin hãy thứ tha người lầm than
Ta cần một đêm thật dài
Ngủ sâu cho quên hết
Nhọc nhằn và ưu phiền
Nếu ta chết được
Xin cho được chết trong đêm nay
Về đâu ta không cần biết
Miễn sao xin qua kiếp này
Một kiếp đọa đày
Chôn dưới đáy bùn đen

Xin chút nhiệm mầu.

Bình yên được đôi phút
Máu cứ chảy sen hồng
Nừa khuya.trời trở lạnh
Thấy nước trào mênh mông

Cá bơi theo đàn cá
Người trôi theo phận mình
Giang Sơn buồn côi cút
Chúa ơi có lạnh không

Bước chiều sánh vai đêm
Ta đi trong sương gió
Biết ngày hay là đêm
Ngày mai trời có sáng!

Em còn tóc búi cao
Để đàn bướm hôm nào
Gọi ta cùng vờn lượn
Non nước màu đen sao?

Em có còn đơn lẻ
Thương một đoá trà mi
Trắng tinh khôi như áo
Cho ta còn ước ao

Mộng mị nào không tắt
Không gian rồi vắng ngắt
Thưa Chúa, Phật đi đâu
Con xin chút nhiệm mầu
Con xin chút nhiệm mầu.

Nước mắt ngược dòng.

Nước mắt không chảy trong bầu trời mắt
Chảy sâu vào lòng đại dương
Để lòng người ôi đau quặn thắt
Hãy cứ để ngày mai đời định hộ
Ngày mai tình còn giữ được trong tay?
Ngày mai lá thu có chôn vùi thân thi sĩ?
Cơn cuồng nộ đất trời tất cả mờ phai

Bước chân anh vừa khuỵ
Ngục tối bỗng diện tiền
Mồ hôi chảy thành giọt, dài trên sống lưng
Rằng thưa tóc cũng là duyên
Đầu lâu kim cổ biết phiền được ai
Anh về vuốt tóc thở dài
Rằng thưa tóc đã bạc phai mấy phần
Chiều bên ni, dạ lần khân
Em mặc y trang đỏ
Khiến ta nhớ Dương quý phi
Để ta rơi vào thiên cổ lụy
Rằng thưa cỏ trồng xen bầu, bí
Rằng thưa vắng em ta làm thơ
Trăm năm cột lại từng giờ
Để xem nhan sắc có chờ đợi em.

Còn hạt nào long lanh

Chưa khóc mà đã tràn nước mắt
Mắt lệ chong chao
Còn hạt nào long lanh
Xin nhỏ xuống bờ vai anh
Còn hạt nào mong manh
Xin nhỏ xuống cho quê hương mình
Giọt lệ lung-lynh-linh
Ẩn hiện đoàn hùng binh
Như lồng đèn kéo quân

Chiến trường xa biết bao giờ trở lại
Bụi chiến tranh phủ mờ người chinh phụ
Ôi chiến trường chẳng tiếc ngày xanh
Sao em đàn hát
Giọng vỡ như gái nước Thương
Sẩy đàn tan nghé ngàn năm trước
Mới hay em có chồng là anh lính chiến
Đi mãi không về từ chiến trường xa.

Tại con chim nhỏ vụt bay ngang đầu.

Bồi hồi. tay chợt nắm tay
Tại con chim nhỏ vụt bay ngang đầu
Lòng xa, mặt cách bấy lâu
Quên quên nhớ nhớ ôm sầu cùng thơ
Mảnh mai ngày ấy. bây giờ
Đã thành cổ tích. ngẩn ngơ ĐiêuThuyền
Ừ, ta như bị thôi miên
Em vẫn sáng chói như tiên năm nào
Yêu người chẳng khác trăng sao
Ràng dây buộc võng đi vào thiên thu.

Người có xa xin nhắn tin về!

cây táo chiều nay rụng hết hoa
báo tin mùa xuân đi vội vã
tiếng thì thầm của một viên đá
được khuếch âm bỡi chú dế than
tôi vẫy tay chào biệt. bình an
cuộc sống. tiếp hành trình sinh tử
như trăng vàng bước ra quá khứ
như tình yêu lồng lộng trời xanh
mùa trái đỏ trĩu nặng trên cành
giơ tay hái. con chim cuống quít
trái tim tôi bỗng dưng thình thịch

lạ đường đi, lạ cả lối về
trái lê rơi lặng lẽ dưới khe
để chim uyên ngẩn ngơ phiêu bạt
trong hồ xanh riêng mình ngơ ngác
người có xa. xin nhắn tin về!

Rượu lung linh

Trước mặt ông trọc ngồi bán già
Sau lưng núi trọc nhô lên trời
Thiền sư tâm ngát lung linh rượu
Ta.ngươi. thiên hạ. cộng vô tri!

Nhớ quên là kiếp nhân sinh đó.

Lá vàng không che được ánh trăng
Em nào biết lá hay trăng vàng nữa
Chỉ thấy trong lòng hắt hiu đóm lửa
Như ở từ xa, một ánh sao băng
Lá vàng không che được ánh trăng
Nhớ anh em chẳng dấu được lòng
Đêm rơi chậm chậm nghe nghèn nghẹn
Em vẫn một lòng. em gái ngoan
Đêm sâu nghe được tiếng thật thà
Côn trùng kềm âm như dân ca
Tháng tám mùa thu tranh mùa hạ

Anh có giành em nỗi chia xa?
Em chừa cho anh lòng chung thủy
Nhỡ gặp mai này khỏi ngẩn ngơ
Nhớ quên là kiếp nhân sinh đó
Là luôn sống với chuỗi tình cờ.

Chiều âm lơi

Bỗng chiều thèm tiếng chuông rơi
Giữa hồ cho sóng phụ lời nhớ nhung
Nhớ em ta nhớ vô cùng
Trên đồi thông điểm một vùng tương tư
Hoa căng phấn nhuỵ hư phù
Chiếc ong cong mướt bay vù vù bay
Trời mênh mang đất ngủ say
Chiều sương ẩm ướt lá lay lay cười
Chợt nghe đồng vọng âm lơi
Dìu nhau đi giữa những lời yêu thương

Như mắt xích.

Từ đấy rơi giọt lệ
Từ đấy nở nụ cười
Đêm Đà Lạt se lạnh
Ta cùng em chơi vơi

Ta uống từng giọt lệ
Ta nuốt trọn nụ cười
Xôn xao thông gọi gió
Đêm ôi đêm ngọt ngào

Điểm trên khung kính đục
Trăng bạc ngã lưỡi liềm
Về đâu trong hoang tưởng
Từng nhánh khua linh lan

Từng mối tình đi qua
Buồn nhưng không hối tiếc
Gặp gỡ rồi chia xa
Cột nhau như mắt xích

Biết không thể tách rời
Khổ đau và hạnh phúc
Thôi em vẫn thế nhé
Ung dung ta rong chơi.

Sắc màu huyền thoại.

Em đã về chưa màu Đà Lạt
Đào có hồng giữa tăm tối mù sương
Đêm bỏ ngõ, hồ có soi bóng nguyệt
Củi cành khô đành giã biệt đồi thông

Em đã về chưa hỡi mimosa
Dương cầm thả nhẹ serenata
Hững hờ mấy nhịp tình lãng đãng
Em có còn khấn lạy mẹ Maria

Tình nhớ luôn mãi là tình đẹp
Dầu chỉ vui dăm ba chốc phù du
Chuỗi xích đời. phân vân. liên tiếp nối
Em ở cùng. em khánh tận đời ta

Đồi lạc gió đón nhiều cơn gió lạc
Như trăm dòng khe nước chảy loanh quanh
Như hồn em phù phiếm suốt trăm năm
Phiến băng trong ẩn hiện bao huyền thoại

Em vàng vọt như buổi chiều nắng quái
Đông trên hồ. ngã khuỵ ánh sao mơ
Ta nhìn em. khoảnh khắc. ôi không ngờ
Em tan biến trong vạt màu đa sắc.

Còn mãi mình tôi.

Con sóng trước mạnh hơn sóng sau
Con sóng sau mạnh hơn con sóng trước
Hoa sóng ngập tràn không đếm được
Và em thôi từ giã một lần quen
Cuộc tình say mờ mịt bến trăm năm
Để cuộc đời chỉ toàn là vết xước
Tôi lót giọng Thái Thanh làm
chiếu nằm
Đắp tiếng Khánh Ly thành chăn ấm
Dòng Sông Xanh trôi trôi miên viễn
Tình xa bay còn mãi mình tôi.

Bài Giáng sinh

Mưa nghịch đùa trên cây thánh giá
Hôn giùm tôi chân chúa trơ gầy
Tiếng chuông đổ cho run bàn tay lạ
Lạ giáo đường, lạ cả thân quen

Em hóa con chiên chỉ vì mê mẩn
Cung giáo đường như cõi thiên cung
Vừa xa xôi vừa cả thật gần
Em chỉ biết cúi đầu tôn xưng Chúa

Em chẳng biết Chúa từ đâu đến
Chúa là ai. Ai kẻ đóng đinh ngài
Đứng ngắm chúa mà lòng đầy trìu mến
Chỉ thế thôi định mệnh đã an bài

Cho sáng diện tiền.

Tôi về hái mộng ban trưa
Trồng hoa sương khói trổ vừa đôi bông
Bông này tôi cắm đầu sông
Bông kia tôi thả theo dòng nước trôi
Tiếng kinh gõ nhịp núi đồi
Nghe lừng tiếng hạc cuối trời tìm mây
Tôi về rót chén rượu cay
Rưới lên bãi cát hương bay ấm nồng
Trăng còn nhắc mộng mơ không
Người giờ đang cõi vô cùng, vô căn
Đưa tay vốc một bụm trăng
Nuốt sâu cho sáng cơ căn diện tiền

Chào em

Bỗng trong ta reo tiếng lạ kỳ
Như hương xuân chiều phố chào nhau
Chào em thống thiết ngày xưa cũ
Phiến đá rêu phong ngập ngụa sầu

Chào em mùa mới sâu trong mắt
Càn khôn cõi cõi tiếng khóc cười
Trăng non còn đó hoàng hôn lạnh
Thương kiếp phong trần như lá bay

Chào em giữa chiều hơi gió chướng
Hao gầy một kiếp gánh lênh đênh
Tình xa rồi cũng thành xa mãi
Thành phố cổ chờ hoá tích xưa

Chào em như kẻ sống xa nhà
Như nàng du mục chỉ cầm ca
Bờ sông, hàng phượng trôi vô vọng
Chạm trái tim ai thét vỡ oà

Hương ngày xưa vẫn chẳng hề phai
Dù xa diệu vợi hồng hạc bay
Dù xa vạn dặm đời vạn ngả
Hương vẫn hương xưa thật diệu kỳ

Chào em viên cuội lăn biền biệt
Ta đứng nhìn mây nóc giáo đường
Mai nữa thiên thần còn nhớ phút
Vỉa phố không tên cũng vắng người.

Tiếc hoài sợi dây.

Ngày xưa em bảo
Em cột chiếc dây
Xanh xanh vàng vàng
Cho anh đi dạo
Mỏi chân anh về
Không hề mất nhau
Con đường vẫn thế
Vẫn mảnh trăng thề
Gác giữa vầng mây
Nhìn nhau cười nhẹ

Màu vàng cam khổ
Rực sáng trên môi
Mãi mãi bên nhau
Nhưng mình không nợ
Em vội ra đi
Đi vội đi vàng
Buông mất sợi dây
Và anh vẫn đi
Sợi dây thiếu buộc
Phất phới tung bay
Như diều đứt dây

Sen hồng đại nội
Bay vội về đâu
Chỉ còn mặt nước
Cùng bãi cỏ diều
Anh ngồi nâng niu
Cuộc tình vuột mất
Em ơi nhớ mãi
Ngày này sợi dây
Cỏ diều mặt nước
Tiếc hoài sợi dây
Còn đâu còn đâu
Mang mang nỗi sầu

Một giấc sau.

Mơ về suối, suối sông chảy mãi
Mơ về em. trăng trải sau vườn
Cây hạnh nhỏ hương bay còn vướng
Đôi bàn tay hằn dấu yêu thương

Trời tháng chín, rừng sâu khép kín
Hồn trần gian ai vịn ngây ngô
Chim lạc bầy kêu khan. lạc giọng
Anh gọi em không khác gọi đò

Hàng bạch dương quạt vàng đàn bướm
Ở trên cao loáng bụi mù sương
Hồn ai đó lung linh sắc tím
Mưa hoàng hôn phủ lối thiên đường

Mất thiên đường Hồng hạc về đâu
Ta ngủ quên đến bạc mái đầu
Chim mất hướng la đà mặt đất
Đánh thức giùm ta nhé nàng sâu

Đời mất ta hay ta mất đời?
Đêm về bốc, vỡ ánh trăng chơi
Thấy sâu một kiếp giang hồ vặt
Thôi nhé đành chờ một giấc sau.

BẠT

ĐẶNG PHÚ PHONG, LÁ VÀNG TIỆM CẬN QUÊ XƯA.

Trương Văn Dân

Thời đó tôi còn nhỏ chỉ 14 tuổi, nhưng Đặng Phú Phong đã là một thanh niên 17, 18 nên có những suy nghĩ như người lớn. Tất nhiên trong nhóm người cầm đầu là Đặng Phú Phong. Lúc ấy Phong đã biết làm thơ, đã biết yêu... nên hai thằng bé hơn cũng bắt chước, tập làm người lớn. Thế nhưng khi nghe Phong đọc câu thơ "tôi rạo rực muôn ôm nàng hôn mạnh" đã làm chúng tôi đỏ mặt thẹn thùng...

Chuyện đã 60 năm... mọi thứ đều quên, chỉ còn câu thơ này đọng lại thì đủ biết là nó đã "ám ảnh" chúng tôi như thế nào! Vì đều mê kiếm hiệp nên sau những lần chém gió về quyền cước (dân xứ võ mà!) chúng tôi điếc không sợ súng đã liều góp gạo thổi cơm chung, đóng 3 tập vở cyclo 100 trang để cùng sáng tác thiên truyện "anh hùng tương ngộ", viết đâu được vài chục trang rồi... hết ý, buông xuôi và không ai nhắc đến chuyện này nữa.

Học chung với nhau được 1 năm, thì Phong chuyển lên Pleiku... chỉ thỉnh thoảng mới ghé về quê. Còn tôi học hết bậc trung học đệ nhất cấp rồi xuống Qui Nhơn học tiếp... và sau khi đỗ tú tài phần 2 thì sang Ý du học... nên chúng tôi mất hẳn tin nhau...

Thời cuộc biến đổi... hơn 30 năm sau tôi mới có dịp gặp lại Phong trong chuyến về thăm nhà ở Sài Gòn. Lúc này thì Phong đã là một nhà thơ có tiếng tăm, đã viết nhiều trên các báo văn nghệ trước 75. Tôi không biết lý do, nhưng việc anh lấy tên quê làm tên mình đã làm tôi xúc động. Tiếc là lần ấy chỉ gặp nhau chớp nhoáng vì cả hai đều bận việc... nhưng trước khi từ giã Phong cũng ngồi nán lại để chép tay bài thơ viết trong một chuyến về thăm mẹ và con sau khi học cải tạo về. Đó là bài "Lãng tử hành" mà khi nghe đọc tôi đã rơm rớm nước mắt:

Đau kẻ tha hương về cố xứ,
Sụp nón ngang mày, tay bụm môi,
Đường xưa lối cũ, người vẫn cũ,
Chỉ tội hồn xưa khác mất rồi,
Mơ ước nhiều khi là cơm nguội,
Được nghe Mẹ nói một đôi lời,
Vuốt tóc thằng con nhìn nó lớn,
Ai ngờ chuyện ấy lại xa xôi...

Có nỗi buồn nào lớn hơn kẻ trở về thăm quê mà lén lúc đi/ về giữa đêm khuya, chui nhủi như tội phạm để khỏi bị chính quyền địa phương phát hiện, tránh những rắc rối cho gia đình?

Sau những biến động thời thế, Đặng Phú Phong theo bạn bè vào miền Nam làm đủ thứ nghề để kiếm sống. Từ phu xích lô, sửa xe đạp đến buôn bán sách cũ rồi ve chai, phế liệu. Cuộc sống phiêu bạt nay đây mai đó, ngủ nhờ ở tạm, nhiều lúc phải sống trên chiếc ghe lang thang với hành trình vô định, lòng mang mang nỗi nhớ quê cũ. (Sau này khi có dịp đọc những vần thơ của anh trong "Chút hương ngày cũ" tôi càng hiểu là anh luôn nặng tình với quê nhà Tây Sơn, Bình Định:

Người không về nước không trong
Đập sông Côn vỡ đôi dòng
Hầm Hô đá mòn nước cạn
Còn đâu cá chép hóa rồng...

Anh còn có bài thơ lịch sử nổi tiếng là QUANG TRUNG ĐẠI ĐẾ CA viết lên như một niềm tự hào của con dân Bình Định. Trong bài có những câu thơ hùng tráng. Chí khí ngất trời:

Ta trượng phu hề chân đạp đất
Ngửa mặt lên trời hề hớp sao Đẩu, sao Ngưu…
Côn giang một giãi xanh hy vọng
Áo vải, anh hùng thay chiến y…
Quân ta reo như trời long đất lở,
Lũ quân Thanh không trở kịp tay.
Hứa Thế Hanh tan xác,
Sầm Nghi Đống treo thây,
Gò Đống Đa mồ chôn quân cướp nước,
Tôn Sĩ Nghị chạy xuôi chạy ngược,
Ấn tín lệnh bài vứt bỏ, xa bay
Áo bào thuốc súng nhuộm đầy…

&

Mấy năm sau nữa tôi có về Việt Nam nhưng không gặp Đặng Phú Phong. Hỏi thăm, mới biết anh đã sang Mỹ nhưng không biết địa chỉ. Rồi thời gian cũng làm phôi pha mọi thứ, quên đi.

Rồi vài năm sau đó, lúc này công việc và đời sống của tôi ở Ý đã ổn định nên ngoài thời gian nghiên cứu dược tôi cũng tìm đọc các sách văn học của Ý. Một hôm tình cờ bắt gặp một truyện rất ngắn của Dino Buzzati và khi đọc xong "Những ngày đánh mất" tôi bàng hoàng xúc động, và giật mình, thảng thốt.

Xưa nay tôi luôn luôn bị ám ảnh về thời gian nên đọc đi đọc lại hai, ba lần tôi như bắt gặp và trò chuyện cùng tri âm tri kỷ. Có thể nói truyện ngắn đó giúp khai mở cho tôi về cuộc sống và ý niệm về thời gian. Thế là ngay lập tức tôi dịch ra tiếng việt với mong ước được chỉa sẻ đến mọi người.

Truyện dịch rồi nhưng không biết gửi đâu. Lúc đó tôi không quen với giới văn nghệ ở Việt Nam còn ở Ý bạn bè đều là dân nghiên cứu hóa/ kỹ thuật dược. Tôi chia sẻ bản dịch qua email với một nhóm bạn Việt và được nhiều sự đồng tình, rồi sau khi liên lạc với anh Trần Cẩm Tú anh cho địa chỉ email của Đặng Phú Phong bảo tôi gửi bài ngay vì hiện nay Phong là chủ bút tờ Thế Giới Văn tại USA.

Khoảng một tháng sau, vào khoảng 3h sáng ở Milano tôi giật mình khi nhận được một cú điện thoại. Thì ra đó là Đặng Phú Phong, anh cho biết truyện ngắn rất hay, dịch rất đạt, sẽ đi ngay trong số báo và khuyên tôi nên tiếp tục viết và dịch để gửi bài cộng tác.

Khi nhận được báo biếu, nhìn thấy truyện dịch của mình nằm trang trọng trên tờ Thế Giới Văn in khá mỹ thuật lòng tôi bồi hồi xúc động. Sau đó tôi còn dịch các truyện Colombre, Những gã thợ săn... của Buzzati truyện nào cũng được Đặng Phú Phong khích lệ khen hay và ấn tượng...

Ngoài dịch thuật tôi cũng bắt đầu viết. Và truyện ngắn đầu tay của tôi "Một Áng Mây Bay" được ra đời.

Giống như bản hòa tấu Concierto De Aranjuez 2 của Rodrigo nghe từ thập niên 80 của thế kỷ trước đã ám ảnh và cho tôi một thứ cảm xúc lạ lùng mà đến mấy mươi năm sau tôi mới có thể đưa tiếng hát đó vào tiểu thuyết Ước Hẹn Cuối Cùng (bản in tiếng Ý -10.2023- có tên là Ultima Promessa) thì cũng có thể nói là Đặng Phú Phong và tờ Thế Giới Văn của anh đã đưa tôi vào con đường văn chương đầy gian khổ nhưng cũng có nhiều thú vị, mang lại nhiều niềm vui và hạnh phúc được sẻ chia.

Con đường ấy từ Ý về đến Sài Gòn, gặp nhà văn Nguyên Minh để cộng tác và "khai sinh" tập san Quán Văn thì tôi đã bỏ hết mọi thứ, toàn tâm toàn trí cho việc đọc, học và viết, xem đó như một lẽ sống.

Vốn là con mọt sách từ bé nên việc đọc với tôi là một thói quen "nghiện ngập", lớn lên làm công việc nghiên cứu và suốt ngày quanh quẩn trong thư viện... nên đọc nhiều với tôi không có gì là khó. Tôi đọc đủ thể loại ở nhiều lãnh vực như lịch sử, triết học, tôn giáo... nên không ngại ngùng gì khi bước chân vào cõi văn chương.

Tôi tri ân và trân quý tình bạn với Đặng Phú Phong vì lẽ đó.

&

Điểm vài cuốn sách của nhà văn Đạng Phú Phong:

Về 'Bên Kia Con Chữ và Nghệ Thuật' : Ngay phần dẫn nhập quyển sách, tác giả Đặng Phú Phong đã minh thị rằng: "Viết là muốn chia sẻ. Đọc là muốn tìm hiểu. Người viết là một khu rừng. Người đọc là kẻ phiêu du với tấm lòng rộng mở. Nhưng người đọc liệu có thể đi hết những góc, gai của khu rừng đầy ẩn lối. Điều này cũng xảy đến cho người làm nghệ thuật. Quan hệ giữa người làm nghệ thuật và người tìm hiểu rất khó bão hòa, khoảng cách đôi khi là muôn trùng diệu vợi."

Cuốn sách được chia làm hai phần: phỏng vấn về văn học và nhận định về hội họa.

Họa sĩ Trịnh Cung cho biết: "trong lãnh vực nghệ thuật nói chung và hội họa nói riêng, phải nói rằng rất ít người viết. Gần 80 năm chỉ có vài người viết về hội họa, ở miền Bắc, có nhà lý luận và phê bình Thái Bá Vân, ở miền Nam có họa sĩ Thái Tuấn, người đã đưa ra những khái niệm về cái đẹp trong hội họa, và người thứ ba là nhà nghiên cứu Huỳnh Hữu Ủy, tác giả cuốn "Nghệ Thuật Tạo Hình Việt Nam," đã nói đầy đủ về lịch sử của nền hội họa và "Bên Kia Con Chữ và Nghệ Thuật" của nhà văn Đặng Phú Phong có lẽ là cuốn thứ tư đề cập về hội họa."

Có thể nói "Bên Kia Con Chữ & Nghệ Thuật", là tập hợp những bài phỏng vấn, nhận định về văn học và nghệ thuật mà nhà thơ/ phê bình Phạm Chu Sa đã nhận định:

"... Tôi đã đọc những bài viết về hội họa của Đặng Phú Phong với những phân tích, nhận xét khá tinh tế. Đấy là những bài phê bình hội họa đích thực. (Chứ không như các nhận xét nhẹ nhàng, không đi sâu về chuyên môn)... Tôi đặc biệt thích những bài phỏng vấn các họa sĩ tôi quen thân: Rừng, Khánh Trường, Nguyễn Đình Thuần...với những câu hỏi sắc sảo như một nhà phê bình hội họa chuyên nghiệp..."

Về "Chạm ngõ Vô thường" nhà văn Cung Tích Biền nhận định: "Đi vào cõi thơ Đặng Phú Phong ta gặp một dòng thơ khá giản dị, ngôn ngữ chỉ thuần nôm, tưởng là đơn thuần như ta đứng trước một bức tranh đơn sắc, nhưng sức lay động của nó, trong tâm cảm người thưởng ngoạn là rất mở rộng, dào dạt:

chiều rơi một bóng chim
dã quỳ giơ tay hứng
ôm hình tướng vô thường
bên kia bờ đá dựng
(Hạnh phúc và đợi chờ)

"Đặng Phú Phong đã xuất bản rất nhiều tập thơ, mỗi tập thăng tiến một nấc thang, giã từ một nhịp điệu.

Chạm ngõ Vô thường là một kẻ lạ với chính những trang thơ "nhuốm màu cổ điển" của chính mình trước đó."

Sau khi cộng tác với Thế giới Văn và tôi còn viết cho các đặc san liên trường, đặc san - Tây Sơn, Hội đồng hương Bình Định cũng do Đặng Phú Phong làm chủ bút hay phụ trách trang văn nghệ.

Xa quê nhiều năm, qua các bài viết của các đặc san của các đồng hương tôi có dịp đọc được những bài về quê hương, như Bánh Cuốn Tây Sơn "to khổng lồ, ngon xuất sắc" mà buổi xế, sau một giấc ngủ trưa, chỉ một cuốn thôi là "đã miệng". Vì cuốn khá to nên người ăn phải cắn theo hình chữ Nhân, trái một miếng, phải một miếng mới thưởng thức được tất cả các hương vị béo, bùi, giòn, ngậy. Nước chấm cũng sền sệt, thơm thơm, cay cay cùng với đậu phộng rang xay nhuyễn, hòa quyện vào nhau. Đọc vui, nhưng nhớ nhà, ứa nước mắt.

Cũng trên các đặc san tôi được dịp thấy lại những hình ảnh mà tôi đã quên như lễ hội Đổ giàn ở vùng đất võ An Thái và khi đọc “”Viết về áo tơi” của Đặng Phú Phong làm tôi xúc động:

“Áo-tơi-lá được *chằm* (may) bằng lá cọ... Lá cọ trước khi chằm được phơi nắng rồi hứng sương cho mềm, dịu và chắc; xong họ gấp đôi lá theo chiều gốc, ngọn, xỏ vào đường dây mây sẵn trên khung. Ở trên là phần cổ áo được xếp nhặt lại và bện dây mây thật kỹ để tránh bị rách khi va chạm... Áo-tơi-lá rất ấm. Trời mùa đông, miền Trung mưa dai dẳng suốt ngày đêm, và lạnh căm căm; làm lụng ngoài đồng ruộng, đi vào rừng đốn cây làm rẫy vào mùa mưa thì mặc áo-tơi-lá là tiện nhất. Nó còn có thêm chức năng che chở: Người chăn vịt, kẻ chăn bò khi gặp mưa như trút nước, cứ việc để dựng đứng cái áo tơi, lấy nón lá ụp lên, ngồi thụp trong lòng áo tơi, thế là có được một không gian trú ẩn khá ấm áp. ”

Những bài viết như nhắc cho các kẻ xa quê hay các thế hệ sau biết thêm những cái hiếm hoi của quê nhà đã trôi vào quá khứ.

&

Nếu nhà văn Lữ Quỳnh viết sau khi mất người bạn thân thiết là họa sĩ Đinh Cường: “Thèm rượu mà ta không uống được/ Bạn thì xa, tri kỷ cũng đi rồi/ Tay với trời cao không thấu nổi/ Tuổi già mất bạn cũng mồ côi” thì ly cà phê của Đặng Phú Phong cũng nhạt thết và vô vị khi thiếu bạn:

“Đói bạn. Ba năm hoa vẫn đợi. Tách trà hâm nóng nghĩa hoa ngâu. Vắng bạn café sao nhàn nhạt. Vô thường. Nghĩ cũng một niềm đau” (Trích “Đói bạn”- Đặng Phú Phong) thì đủ hiểu tình bạn đối với anh cũng quan trọng và nâng

niu biết nhường nào. Đặng Phú Phong là người quảng giao, quen biết nhiều, sống có tình và hết lòng với bạn bè.

Là người viết lách nhưng không có thói đố kỵ và thường hay giúp đỡ, giới thiệu bạn bè văn chương cho các toà soạn báo chí, giúp in ấn các tác phẩm. Trong giao tiếp đôi khi hăng lên nói hơi quá, nên bị bạn bè trêu là "nổ", lúc không đồng tình là tranh cãi sôi nổi nhưng với tinh thần văn nghệ, chứ ít khi quá khích. Khi bạn bè có mâu thuẫn hay hiểu lầm anh thường đứng ra dàn xếp những bất hoà. Như chuyện về một bài thơ phổ nhạc mà có sự ngộ nhận giữa các bạn là họa sĩ/ nhạc sĩ/ nhà báo... khi thấy có căng thẳng anh đã hết lòng đứng ra, bay qua bay lại dàn xếp và rất may sự việc sau đó đã lắng dịu và bạn bè đã vui vẻ như xưa.

Đặng Phú Phong thích sinh hoạt cộng đồng, và hết lòng với quê hương. Anh cũng là người vận động đặt tượng đài vua Quang Trung (do điêu khắc gia Gia Phạm Thông thực hiện) ở Garden Grove, Orange County.

Năm 2015 tôi vả Nguyên Minh-Quán Văn có qua Mỹ, khi đến Nam Cali được Đặng Phú Phong đón về nhà, Chung sống với anh chừng 1 tuần thì mới biết là tuy sống ở Mỹ khá lâu nhưng anh vẫn còn "maschilist" kiểu Việt Nam lắm. Ngay cả việc khuya đói, nấu mì gói cũng không biết tự làm mà phải đánh thức vợ dậy...

&

Không gặp Đặng Phú Phong thường nhưng tôi và anh hiểu nhau qua những trang viết, đọc và nắm bắt "cái hồn" qua câu chữ, hiểu những gì mà anh quan tâm.

Thử đọc bài thơ của anh thời vừa ra khỏi trại Cải tạo 1982 để thấy những xót xa mà anh từng hứng chịu: đã suýt chết trong trại vì bệnh thương hàn, sắp bị đem bỏ vào nhà xác nhưng phép lạ đã cứu anh sống lại nhưng phải chống nạng lê lết một thời gian.

Và đây là tâm sự của anh trong Khúc trở về:

Chiều cuối năm chống nạng trở về,
Đong đưa chân bại nhịp lời thơ,
Bóng dài khập khễnh len gốc rạ
Thấy đời đâu đã hết nhiêu khê…

Ra khỏi trại cải tạo nhưng sự khốn khổ đua anh đến những tình huống dở khóc dở cười:

Giở nón cúi chào người lối xóm,
Ô hay! Tai tưởng đã lầm nghe:
Này ông hành khất quê đâu nhỉ?
Tết đến rồi sao chẳng chịu về!
Mẹ già lặng đứng nhìn con, khóc
Mày thật! hay hồn ma trở về,
Mảnh khăn bao cát sao mà thảm,
Phong kín hồn con trong cõi mê….
Ngửa mặt hỏi Trời sao nông nỗi?
Trời sợ người nên vắng ngắt... hôn mê
Mười phương tám hướng tan hoang lạnh
Nuốt hận mà ngâm Khúc trở về

Có lẽ vì thế mà anh đã chấp nhận ra đi: Vào thập niên 90, anh và gia đình sang Mỹ định cư. Tuy ở chốn bình an nhưng nỗi buồn lưu lạc trong tim Đặng Phú Phong luôn hiện diện. Cái tên Phú Phong mà anh chọn có lẽ vì đã không được sống trên quê hương nên muốn trọn đời mang theo bên mình chăng?

Cứ mỗi lần xuân về trên đất người là nỗi buồn của Đặng Phú Phong lại dâng lên cho nên thơ xuân của anh không có sự vui tươi, thắm đượm. Nắng xuân có ấm thì với anh cũng nhạt:

Cái nắng đầu xuân nghe nhạt thếch

Đôi bàn tay vỗ lệch bàn tay

Nhạt đến nỗi mà tiếng vỗ tay đón Xuân cũng vỗ lệch. Tâm trạng không vui nên anh nhìn đâu cũng chỉ thấy sự lạc điệu, ngay khi nhìn hoa nở:

Chiều cuối năm nhìn vợ cắm hoa
Một đoá nghiêng nghiêng dáng đợi chờ
Em ơi, cố quốc mình xa thực
Hai chục năm hơn vẫn tít mù...

Mọi thứ trong những ngày cuối năm như chỉ mang cho anh nỗi buồn viễn xứ:

Đất khách rã rời thân lưu lạc
Quê nhà chết đứng phận lầm than...

Nhưng không chỉ trong những ngày cận Tết mà nỗi nhớ quê luôn ám ảnh Đặng Phú Phong và suốt 4 mùa anh luôn thấy mình khoắc khoải.

Khi rời xa một nơi nào đó người ta luôn nhớ về và ước mong trở lại. Nhưng nếu vì một lý do gì đó không về được thì nỗi nhớ sẽ không rời. Nhưng "quê hương" đó không chỉ là đất đai sông nước mà chính là nơi có mẹ và bằng hữu, có những kỷ niệm tuổi thơ, những món ăn dân dã đầu đời, là những chiều thả diều, ở truồng bơi lội trên sông... nơi những tình cảm mà ta luôn cất giữ ...

Và chính nỗi đau âm ỉ đó đưa anh "trú" vào thi ca, vì chỉ có văn chương mới giúp anh vượt thoát ra khỏi hiện thực, mới có thể tiệm cận với đất, với kỷ niệm ở quê xưa. Có người nói khi kẻ ở xa được trở về thì dễ bị hụt hẫng... nhưng với Đặng Phú Phong thì có lẽ không phải vậy vì mỗi lần về Việt Nam anh đều dành nhiều thời gian về sống ở Phú Phong.

Đặng Phú Phong – TRÊN ĐỒI HOA TRỔ BÔNG

Tôi và Đặng Phú Phong quen biết nhau hơn 60 năm, nhưng do hoàn cảnh, phải xa nhau rất lâu. Lớn lên. Gặp lại... Tất nhiên cũng có khác quan điểm sống nhưng thân thiết vì có chung ký ức.

Lúc nhỏ tôi và anh có sinh hoạt gia đình Phật Tử ở Phú Phong. Ba mẹ tôi là Phật Tử thuần thành, các em tôi là người ngoan đạo chỉ có tôi, nếu hiểu theo cái nghĩa đi chuà, cầu xin, lễ bái thì không. Lúc nhỏ đã ít, lớn lên càng thưa hơn. Trong thâm tâm tôi không tin về sự cầu nguyện để giải thoát khỏi khổ đau mà tin vào nhân quả, xem mọi việc đều do tâm tưởng và hành vi của mình.

Những ngày cuối năm, trước khi bay về Qui Nhơn với gia đình Đặng Phú Phong có đến thăm tôi. Khoảng 15 năm trước anh nói không hiểu sao tôi và Elena có thể về sống được ở Việt Nam, giờ thì tuy anh chưa về hẳn mà đã thường xuyên và mỗi lần đều ở lâu hơn. Thời gian đã thay đổi quan niệm và cách nhìn mà tôi nghĩ là do tuổi già và những chiếc lá vàng đang dần tiệm cận với quê xưa trước khi nằm xuống.

Ngồi dưới bóng cây ở Cà phê Tắt Đèn, một buổi sáng vừa dứt cơn mưa bất chợt và nắng lại tung tăng trên những hàng cây. Tôi ngồi với anh mà bỗng như rơi vào trạng thái trầm mặc, nhìn những tia nắng xuyên qua tán lá chiếu xuống hai khuôn mặt loang lỗ như những đóm lửa của trời đang nhảy múa bằng những chuyển động chập chờn mà không gây tiếng động. Nắng không đốt cháy, mà chỉ như vẽ nên sự hỗn loạn âm thầm của cuộc sống xung quanh. Phân tâm hay lơ đễnh? Tôi không biết nhưng như thể tôi đang tìm sự trống rỗng để tiếp nhận một hiện thực khác chăng?

Đặng Phú Phong đã kéo tôi về thực tại khi anh nói chuyện về sự mê tín, chuyện "sợi tóc" đang làm xôn xao dư luận trong những ngày gần đây. Ở nước ngoài anh khá nổi tiếng về những loạt bài phỏng vấn. Anh hỏi " Ít đi chùa nhưng vì sao đạo Phật luôn bàng bạc trên nhiều trang viết của Dân?" Tôi không biết câu hỏi đó là tâm tình hay là một cuộc phỏng vấn. Nhưng tôi nhìn anh và trả lời: "Tuy không lễ bái hay cầu cúng nhưng tôi tin các Cô tiên và Ông già Noel là có thật. Cũng như tôi tin có Chúa, có Phật, có thánh thần... vì các vị đó đều là biểu tượng của thiện lương. Họ đại diện cho cái tâm thiện và lòng tốt trong cõi nhân sinh mà bất cứ ai trong chúng ta cũng cần đến. Họ tồn tại cùng một cách với tình yêu, sự rộng lượng, bao dung, sự sùng kính những giá trị cao cả mang lại cho cuộc sống vẻ đẹp và niềm vui và làm cuộc sống của chúng phong phú thêm lên."

"Anh Phong à, Căn bệnh nan y của thế giới hiện nay làm nhân loại phải triền miên đau khổ là thiếu tình yêu và tình người. Thế nhưng tôi vẫn tin yêu và hy vọng... dù biết là mọi tai ương đều do con người muốn thay đổi thế giới nhưng không chịu thay đổi chính mình!"

T.V.D

Sài Gòn 12.2023

TRỐN TÌM VỚI HƯ ẢNH

Trần Văn Thưởng

Giữa bao ồn ào, thị phi của một xã hội thực dụng, một ngày ta chợt lặng người, trầm ngâm tưởng ngợi khi chạm vào thơ của Đặng Phú Phong. Những "trảng thơ" như những trảng cỏ trải dài ngút ngát bãi bồi bên dòng sông, sông Côn thương nhớ quê hương ông. Và như những lớp phù sa lắng tụ trên những bãi nương dâu, làng dâu tơ tằm Phú Phong một thuở quê hương ông, thơ Đặng Phú Phong êm ái trải một lớp vàng phai trầm tích lên hồn người đang đau đáu kiếm tìm một cõi náu hư ảnh như trò cút bắt, trốn tìm.

Để rồi chỉ thấy một nỗi buồn vương gãy trong tim. "Nỗi buồn về đây / Vắt ngang một nhánh chết" (Còn không, đâu dấu chim bay).

Câu thơ sắc lạnh như lưỡi gươm của người võ sĩ lãng tử chém mạnh xuống dòng nước đang miên man trôi. Tôi thích những câu thơ mang âm sắc như thế, gãy gọn, đi thẳng vào tim, khiến ta chao đảo, choàng tỉnh sau một cơn say dài.

Như những câu thơ trong bài "Mẹ và tháng giêng". "Tháng Giêng lành lạnh trên vai mẹ / [...] Hồn quê mẹ để trong túi áo / [...] Mùa Xuân nhai miếng trầu vui miệng / Mắt mẹ yêu thương phủ cả nhà".

Thơ viết về mẹ nhiều như nước sông, đọc nhiều dễ bị bão hòa về cảm xúc. Thế nên, khi chạm vào những câu thơ trên, ta không thể không dừng lại để chiêm nghiệm từng lời, từng âm. Nếu không phải là người yêu mẹ đến mức "tôn thờ mẹ" sẽ không thể có những vần thơ súc tích, hốt nhiên đến thế. Tôi nghĩ, Đặng Phú Phong là người rất mẫn cảm, tinh tế trong cách thể hiện từng trạng thái cảm xúc, với từng đối thể cảm xúc.

Hãy nghe ông mô tả về Sài Gòn. "Sài Gòn như một con súc sắc / Quay thật nhanh, sấp ngửa thật nhanh" (Sài Gòn, con súc sắc). Chỉ một câu thơ thôi, mà như gom cả nhịp sống đặc trưng của thành phố này. Và cũng chỉ với một câu thôi, ông đã vẽ nên một Sài Gòn đa tính cách qua hình ảnh của một người con gái Huế, "Em kẹp Sài Gòn lên mái tóc", đầy quyến rũ, rất gợi hình.

Thơ Đặng Phú Phong, giọng chủ đạo là trầm buồn, buồn nhưng không bi. Ông hào phóng trải rộng lòng mình ra, rồi chia ra từng ô, giống như từng thửa ruộng, trên đó ông cần mẫn gieo trồng những hạt giống tâm tư, thửa thì dành cho mẹ, thửa dành cho "em", thửa dành cho bạn, thửa dành cho thế thái nhân tình.

Nhưng cũng có đôi khi, Đặng Phú Phong trở nên hân hoan trong phút chốc chao nghiêng. "Chào mừng tôi / Chào mừng em / Từ hai nơi thế sự / Cỏ mềm rêu dưới chân / Gió nhẹ nhàng nhưng se buốt / Vượt qua khỏi tầng mây – mưa" (Đổi một hướng rơi). Đặng Phú Phong sống ở Mỹ, nên dù ít dù nhiều phần nào ảnh hưởng văn hóa Mỹ. Đó là sự cởi mở, trạng thái cảm xúc nhập thành hành động. Nếu tinh ý, không khó để thấy bài "Đổi một hướng rơi" đang "điện ảnh hóa" những cung bậc cảm xúc nhục thể, với tâm trạng hân hoan của người đang làm tình.

Tôi là người viết văn xuôi, ít đọc thơ, nhưng đọc thơ hay là mau nhớ, nhanh cảm, và thường là cảm cái âm điệu, cốt cách thơ ca. Chỉ qua một tập thơ "Còn không, đâu dấu chim bay" khó có thể nói hết về thơ Đặng Phú Phong. Nhưng chỉ cần ngần ấy thôi là cũng đủ để ta cảm, ngẫm về thơ Đặng Phú Phong, đủ để tiếp thêm những dòng cảm xúc ào ạt, chân thành vào con suối tâm hồn ngày một cạn khô đi vì những cuộc "biến đổi khí hậu" nghiệt ngã trong cuộc đời.

Đặng Phú Phong – TRÊN ĐỒI HOA TRỔ BÔNG

Nhà thơ Đặng Phú Phong là người bà con bên ngoại tôi, về vai vế, tôi phải kêu bằng "ông", "ông Quang" theo tên thật. Lúc ông bắt đầu các sinh hoạt văn nghệ tại quê nhà Tây Sơn (Bình Định), má tôi chỉ mới mười mấy tuổi. Ngày má tôi đám cưới, ông là người đi dự, lời ông kể với tôi, xem như một sự kiện trọng đại không thể quên trong đời ông. Chính điều này là sợi dây gắn kết hai ông cháu, hai người ở hai thế hệ cách xa nhau, mà vẫn thấy gần gũi, ấm áp trong tình họ tộc.

Sống ở Mỹ, nhưng Đặng Phú Phong hay đi về Việt Nam. Lần nào về Việt Nam, ông cũng dành nhiều thời gian để sống chậm bên ngôi nhà ông từng sống một thời tại Phú Phong (huyện Tây Sơn, tỉnh Bình Định), nay đã thành ngôi từ đường của dòng họ qua nhiều lần được chính tay ông cho trùng tu, chăm sóc.

Nơi ông ở, bao quanh là ruộng đồng, những bãi nương dâu chạy dài ra tới tận bờ sông Côn huyền thoại, con sông đã đi vào thiên tiểu thuyết "Sông Côn mùa lũ" nổi tiếng của Nguyễn Mộng Giác. Đến lượt mình, Đặng Phú Phong cũng thấm đẫm hồn sông. Hoài niệm sông Côn luôn chảy trong mạch thơ Đặng Phú Phong, tưới tắm hồn thơ ông, gội rửa bao cảm xúc muộn trầm. Bài "Hà giang", "Chút hương ngày cũ" hé mở cho ta thấy một dòng trôi, với con sông quê, Hầm Hô linh đỗng và dậy mùi một trời khói đốt đồng.

Giữa làn khói cay xè mắt, Đặng Phú Phong đi tìm những bóng ảnh xưa xa. Nhưng ngay cả bóng ảnh cũng không còn. Chỉ thấy dấu chim bay trong cõi thinh không mờ ảo.

T.V.T

MỤC LỤC

.38.Uống rượu cùng xuân. 39.Một buổi hoàng hôn. 40.Răng mà giận dỗi. 41.Xa xôi người về. 42.Tìm em sương mai. 43.Thiền sư.44. Em bé hát dưới cầu. 45.Cho em tháng mười. 46.Qui Nhơn mưa rất khẽ. 47.Dùng biển nói mênh mông. 48.Tàn trắng mây bay. 49.Khi trời chẳng bình minh! 50 Ma mị.

51.- Xin một đêm dài. 52.- Xin chút nhiệm mầu. 53-Nước mắt ngược dòng. 54-Còn hạt nào long

lanh. 55-Tại con chim nhỏ vụt bay ngang đầu. 56-Người có xa xin nhắn tin về! 57-Rượu lung linh. 58- Nhớ quên là kiếp nhân sinh đó. 59- Chiều âm lơi. 60- Như mắt xích. 61-Sắc màu huyền thoại. 62-Còn mãi mình tôi. 63-Bài Giáng sinh. 64- Cho sáng diện tiền. 65- Chào em. 66-Tiếc hoài sợi dây. 67-Một giấc sau.

ĐẶNG PHÚ PHONG

Sinh 1948 tại Bình Định, Việt Nam. Định cư Mỹ 1991. Dạy học,

làm thơ, viết văn, làm báo.

- Chủ bút Tạp chí Vietnam Time-Nam California 1995-1997
- Chủ bút Tạp chí Thế Giới Văn-Nam California 1997-1999
- Chủ biên trang Văn Học Nghệ Thuật Sài Gòn Nhỏ News, 2008-2009
- Cộng tác với các báo Người Việt, Việt Báo, Saigon Time
- Cộng tác với các tạp chí văn nghệ khác như: Thời Tập, Văn, Văn học, Thế kỷ 21, Trẻ Magazine, Tân Văn, Quán Văn.
- Các Web site văn học như:

damau.org, dutule.com, vanchuongviet.net, ban vannghe.com, xunau.org, tuong tri.com...

ĐÃ XUẤT BẢN

- Nghiêng Cây Bóng Xế, Thơ 1970.
- Những Đóa Mẫu Đơn. Truyện ngắn 2004; tái bản 2015
- Nỗi Buồn Tháng Bảy. Thơ. 2014
- Bên Kia Con Chữ & Nghệ Thuật. Phỏng vấn, Nhận định về Văn học và nghệ thuật. 2016
- Mai tôi về ở mãi với hoang sơ, Thơ. 2017
- Con suối không lìa. Tuyển tập truyện ngắn 2018
- Và Nhớ Em Nhiều, Cả Lúc Quên. Thơ. 2018
- Tĩnh vật tôi. chờ một bàn tay. Thơ. 2019.
- Chạm Ngõ Vô Thường Thơ 2021
- Còn không đâu dấu chim bay. Thơ 2023
- Trên đồi hoa trổ bông 2025